പഠിപ്പിലും പരീക്ഷയിലും

padhippilum pareekshayilum
•
k k vasu
•
first edition
june 2016
•
second edition
may 2018
•
typesetting
megha
•
published
chintha publishers, thiruvananthapuram
•

•
cover
midas
•

വിതരണം

ദേശാഭിമാനി ബുക്ക് ഹൗസ്

H O തിരുവനന്തപുരം–695 035
phone: 0471-2303026, 6063026
www.chinthapublishers.com
chinthapublishers@gmail.com

ബ്രാഞ്ചുകൾ

ഹെഡ്ഡാഫീസ് ബ്രാഞ്ച് കുന്നുകുഴി • സ്റ്റാച്യു തിരുവനന്തപുരം • കെ എസ് ആർ ടി സി ബസ് സ്റ്റേഷൻ ആലപ്പുഴ • കെ എസ് ആർ ടി സി ബസ് സ്റ്റേഷൻ എറണാകുളം • മച്ചിങ്ങൽ ലെയിൻ തൃശൂർ • ഐ ജി റോഡ് കോഴിക്കോട് • മാവൂർ റോഡ് കോഴിക്കോട് • എൻ ജി ഒ യൂണിയൻ ബിൽഡിങ് കണ്ണൂർ • സെൻട്രൽ ബസ് ടെർമിനൽ കോംപ്ലക്സ് താവക്കര കണ്ണൂർ

CR - 1870 / 4659
ISBN - 978-93-86112-29

പഠിപ്പിലും പരീക്ഷയിലും

(ബാലസാഹിത്യം)

കെ കെ വാസു

ചിന്ത പബ്ലിഷേഴ്സ്
തിരുവനന്തപുരം-695 035

കെ കെ വാസു

ലോകത്തിലെ ആദ്യത്തെ ഓഫ് ഷോർ വേവ് എനർജി പ്രോജക്ടിന്റെ കൺട്രോൾ പാനൽ മദ്രാസ് ഐ ഐ ടി യുമായി ചേർന്ന് ഡിസൈൻ ചെയ്ത് നിർമ്മിച്ച് വിജയക രമായി പ്രവർത്തിപ്പിച്ചു. കേന്ദ്രസർവ്വീസിൽ ഇലക്ട്രിക്കൽ എൻജിനീയറിങ് വകുപ്പ് തലവനായും പ്രിൻസിപ്പൽ ഇൻചാർജ് ആയും സംസ്ഥാന സർവ്വീസിൽ സീനിയർ ഇലക്ട്രിക്കൽ ഇൻസ്പെക്ടറായും എഞ്ചിനീയറായും എഡിറ്ററായും ഐ എം ജി യിലും ഐ എ എസ് കോച്ചിങ് സെന്ററിലും എഞ്ചിനീയേഴ്സ് (ഇന്ത്യ)യുടെ കേരള സെന്ററിലും വിസിറ്റിങ് പ്രൊഫസറായും പ്രവർത്തിച്ചു.
2012 ൽ സാഹിത്യത്തിലും ഇലക്ട്രോണിക് മാധ്യമത്തിലും നല്കിയ സംഭാവനയ്ക്ക് രാഷ്ട്രത്തിന്റെ പരമോന്നത ബഹുമതി ഒരു ലക്ഷം രൂപ കേന്ദ്ര അവാർഡായി ലഭിക്കു കയുണ്ടായി. *ഫസ്റ്റ് റാങ്ക്* എന്ന നോവലിന് മലയാള സാഹിത്യത്തിലെ പരമോന്നത ബഹുമതി (ബീമ അവാർഡ് 60,000 രൂപ) യും പി ടി ഭാസ്കരപ്പണിക്കർ അവാർഡും പരിയാരം വർഗ്ഗീസ് അവാർഡും ലഭിക്കുകയുണ്ടായി.
സാഹിത്യത്തിലും എഞ്ചിനീയറിങ്ങിലുമായി (മലയാ ളത്തിലും ഇംഗ്ലീഷിലും) മുപ്പതോളം ഗ്രന്ഥങ്ങൾ പ്രസിദ്ധീ കരിച്ചിട്ടുണ്ട്. ദേശീയ അവാർഡും കേരള സാഹിത്യ അക്കാ ദമി അവാർഡും ഇന്റർനാഷണൽ ബുക്ക് ഫെയർ അവാർഡും നേടിയ 2+1=2, (മലയാളം & ഇംഗ്ലീഷ് വിജ്ഞാന കഥകൾ) *ഫസ്റ്റ്റാങ്ക്* (നോവൽ), *സമ്മാനം*, *Gift* എന്നിവയാണ് മുഖ്യകൃതികൾ.
ബാലസാഹിത്യ പരിഷത് അവാർഡ്, ക്രിസ്ത്യൻ ലിറ്ററേച്ചർ സൊസൈറ്റി അവാർഡ്, കേരള സർക്കാർ അവാർഡ്, ചെറുകഥയ്ക്കുള്ള രചന പ്രൈസ്, കേരള സ്റ്റേറ്റ് ഇലക്ട്രോ ണിക് മീഡിയ അവാർഡ് (ടെലിവിഷൻ ഫിലിമിന്) സംസ്ഥാന ഊർജ്ജ സംരക്ഷണ അവാർഡ് എന്നിവയും നേടിയിട്ടുണ്ട്. വിദ്യാർത്ഥിയായിരിക്കുമ്പോൾ എഴുതിയ ആദ്യ ഗ്രന്ഥത്തിന് സാഹിത്യ പ്രവർത്തക സഹകരണ സംഘം അവാർഡ് നേടി ശ്രദ്ധേയനായി.

വിലാസം : ശങ്കർലെയ്ൻ,
തിരുവനന്തപുരം 695 010

ഉള്ളടക്കം

പ്രസാധകക്കുറിപ്പ്

ആർക്കാണ് പരീക്ഷകളെ പേടി? വിദ്യാർത്ഥികൾ പരീക്ഷയെ പേടിക്കരുത് എന്ന് അദ്ധ്യാപകരും രക്ഷാകർത്താക്കളും പണ്ഡിതന്മാരും ഉദ്ബോധിപ്പിക്കാറുണ്ട്. എന്നാൽ പരീക്ഷാപ്പേടി ഉണ്ടാകാതിരിക്കാൻ നാം എന്തൊക്കെ ചെയ്യണമെന്ന കാര്യത്തിൽ ആർക്കും വ്യക്തമായ ഉത്തരമില്ല. ആ കുറവ് നികത്തുകയാണ് *പഠിപ്പിലും പരീക്ഷയിലും* എന്ന പുസ്തകത്തിലൂടെ ശ്രീ. കെ കെ വാസു. പഠിപ്പിന്റെ വിവിധ ഘട്ടങ്ങളെ സൂക്ഷ്മമായും വിശദമായും പ്രതിപാദിക്കുന്ന ഈ കൃതി കുട്ടികൾക്കു മാത്രമല്ല മുതിർന്നവർക്കും ഒരു കൈപ്പുസ്തകമായി ഉപകാരപ്പെടും.

ചിന്ത പബ്ലിഷേഴ്സ്

1

പരീക്ഷയ്ക്ക് പഠിക്കുമ്പോൾ എന്തെല്ലാം ശ്രദ്ധിക്കണം

പരീക്ഷയ്ക്ക് പഠിക്കുന്നത് ജയിക്കാനാണ്. പക്ഷേ, പരീക്ഷയ്ക്ക് പോകുന്നവർ മുഴുവൻ ജയിക്കുന്നില്ല. ജയിക്കുന്നവരുടെ ജയം തന്നെ പല തട്ടുകളിലും ക്ലാസുകളിലുമായി തരംതിരിക്കപ്പെടുന്നു. പരീക്ഷയിലെ വിജയം തീർച്ചയായും ജീവിത വിജയത്തിന് ഒരു പരിധിവരെയെങ്കിലും സഹായമാവും. ഇത്രയും പറഞ്ഞുവരുമ്പോൾ മനുഷ്യജീവിതത്തിലെ വിജയ രഹസ്യം എന്താണെന്നതിനെപ്പറ്റി പ്രതിഭാശാലിയായ ബർണാഡ്ഷാ പറഞ്ഞത് ഇവിടെ ഓർത്തു പോകുന്നു.

"നമുക്ക് ഓരോരുത്തർക്കും ചെയ്യാനാവുന്നത് എന്താണെന്ന്, സ്വയം മനസ്സിലാക്കുക. ആവുന്നത്ര ഭംഗിയായി ആവുന്നത്ര കാലം അത് ചെയ്യുക". ഈ പരീക്ഷയിലെ വിജയത്തിനും ഇത് ബാധകമാണ്.

ഒരിക്കൽ സഹപാഠികളായിരുന്ന രണ്ടുപേരിൽ ഒരാൾ പില്ക്കാലത്ത് നല്ല നിലയിലെത്തി കൂടുതൽ സുഖസൗകര്യങ്ങളോടെ കഴിയുമ്പോൾ മറ്റേ ആൾ ഒരു നേരത്തേ ആഹാരത്തിനുപോലും വകകിട്ടാതെ വിശന്ന് പൊരിഞ്ഞ് നട്ടംതിരിയുന്ന കാഴ്ച ജീവിതത്തിന്റെ രാജപാതയിൽ എത്രയെങ്കിലും കാണാം. പലപ്പോഴും ഈ സ്ഥിതിഭേദത്തിനാസ്പദം പഠിപ്പിലെ ജയാപജയങ്ങളാണെന്ന് കാണാം. അപ്പോൾ പരീക്ഷയ്ക്ക് എങ്ങനെ

പഠിക്കുന്നു എങ്ങനെ പരീക്ഷ എഴുതുന്നു എന്ന സംഗതികൾ എത്രയും പ്രധാനമാണെന്ന് വരുന്നു. ഇവിടെയാണ് പരീക്ഷയ്ക്ക് പഠിക്കുമ്പോൾ എന്തെല്ലാം കാര്യങ്ങളിൽ മനസ്സിരുത്തണം എന്ന ചിന്ത എത്രയും പ്രസക്തമാവുന്നത്.

സ്റ്റഡി ലീവെല്ലാം കിട്ടി വീട്ടിലെത്തി പബ്ലിക് പരീക്ഷയ്ക്ക് പഠിക്കാനിരിക്കുമ്പോൾ ആദ്യമായി പഠിക്കാനുള്ള മനഃസ്ഥിതി തനിക്ക് ഇപ്പോൾ ഉണ്ടോ എന്ന് ഓരോരുത്തരും ഒരു ആത്മ പരിശോധന നടത്തുന്നത് എത്രയും നന്ന്. ഇന്നത്തെ കാലത്ത് എന്തെല്ലാം കാരണങ്ങളാൽ ഒരാളുടെ മനസ്സിനെ മൗഢ്യം ബാധിക്കാം. മനസ്സിലെ മാലിന്യമാണ് മൗഢ്യം. അത് പഠിപ്പി നേയും ബാധിക്കും. അതുകൊണ്ട് ആത്മപരിശോധനയിൽ തൽക്കാലം എത്ര പണിപ്പെട്ടാലും പഠിക്കാനുള്ള മനഃസ്ഥിതി കൈവരിക്കാനാവില്ല എന്നാണ് ബോദ്ധ്യപ്പെടുന്നത്. എങ്കിൽ പരീക്ഷയ്ക്കുവേണ്ടിയുള്ള പഠിപ്പും പരീക്ഷ എഴുത്തും അടുത്ത പരീക്ഷ വരുംവരെ മാറ്റിവെക്കുകയാണ് ഉത്തമം. വിശന്ന് കുറ്റിക്കാട്ടിൽ ചെന്നുപെട്ട ആട് ഓടിനടന്ന് ഒരടുക്കും ചിട്ടയു മില്ലാതെ പച്ചില കടിച്ച് നടക്കുന്നതുപോലെ ഒരു പ്ലാനിങ്ങു മില്ലാതെ എന്തെങ്കിലും മനസ്സറിയാതെ വാരിവലിച്ച് അകത്താക്കി പരീക്ഷാ പേപ്പറിൽ വാലും തുമ്പുമില്ലാതെ ചർദ്ദിച്ചതുകൊണ്ട് വിശേഷമൊന്നുമില്ല. തൽക്കാലം ഒരവസരം നഷ്ടപ്പെട്ടാലും അത് എന്നെന്നേക്കുമായി നഷ്ടപ്പെടുത്താതിരിക്കുന്നതാവില്ലേ ബുദ്ധി?

വിട്ടുവിട്ടു പഠിക്കാതിരിക്കുക. പഠിക്കാനുള്ള വിഷയം ഇടവിട്ട് വിട്ട് വിട്ട് പഠിക്കുന്ന തന്ത്രം പരാജയത്തിലേ കലാശിക്കൂ. ഒറ്റ വാക്കിൽ ഉത്തരം എഴുതേണ്ട ചോദ്യങ്ങൾ ചോദിക്കുമെങ്കിൽ ഇംഗ്ലീഷ്, മലയാളം തുടങ്ങിയ വിഷയങ്ങൾപോലും വിട്ട് വിട്ട് പഠിച്ച് ഭാഗ്യം പരീക്ഷിക്കരുത്. എസേ ടൈപ്പ് ചോദ്യങ്ങൾ ചോദിച്ചിരുന്ന കാലം ചിലർ, പ്രത്യേകിച്ചും കൃത്യമായും ക്രമമായും പഠിക്കാനുള്ള ഭൗതികസാഹചര്യം ഇല്ലാതിരുന്ന വീടുകളിലെ കുട്ടികൾ, പരീക്ഷയ്ക്ക് പഠിക്കുമ്പോൾ തുളസിയില ഇട്ടു നോക്കി പരീക്ഷയ്ക്കു വരുന്ന പാഠങ്ങൾ മുൻകൂട്ടി കണ്ടറിയുമായിരുന്നു. ഓരോരുത്തരുടെയും ഭാഗ്യനിർഭാഗ്യ ങ്ങൾക്കും ഈശ്വരാനുഗ്രഹത്തിനും അനുസരിച്ച് തുളസിയില

പ്രവചനം ഫലിച്ചിട്ടുമുണ്ടാവാം. എന്നാൽ ഇന്ന് ഒറ്റവാക്കിൽ ഉത്തരം എഴുതേണ്ട ചോദ്യങ്ങൾ പരീക്ഷയ്ക്ക് വരാമെന്നിരിക്കെ ഒരു വിഷയവും ഇടവിട്ട് വിട്ട് വിട്ട് പഠിക്കാൻ പാടില്ല. ശാസ്ത്ര വിഷയങ്ങളിലും കണക്കിലും ആദ്യമദ്ധ്യാന്തഭാഗങ്ങൾ അന്യോന്യം വേർതിരിക്കാനാകാത്തവിധം കെട്ടുപിണഞ്ഞതാകയാൽ അവയെല്ലാം ആദ്യം മുതലേ ക്രമമായി പഠിച്ചെങ്കിലേ മനസ്സിലാക്കി പഠിക്കാൻ കഴിയൂ. മനസ്സിലാക്കി പഠിച്ചവർക്കേ പരീക്ഷയിൽ ഭേദപ്പെട്ട മാർക്ക് ലഭിക്കൂ. കാണാപ്പാഠം പഠിച്ചവർ കഷ്ടിച്ച് ഒരുപക്ഷേ, ജയിച്ചെന്നിരിക്കും. പക്ഷേ, പലപ്പോഴും പരാജയപ്പെടാനാണിട. പരീക്ഷയ്ക്ക് പഠിക്കുമ്പോൾ ഇതെല്ലാം ഓർമ്മ വേണം. പല വിഷയങ്ങളിലും ഉത്തരങ്ങൾ ചിത്രങ്ങളുടെ സഹായത്തോടെ വിശദീകരിക്കേണ്ടതുണ്ടാവും. ചിലപ്പോൾ ചിത്രം തന്നെയാവും ചില ചോദ്യങ്ങൾക്കുള്ള ഉത്തരം. ആകയാൽ പഠിക്കുമ്പോൾ തന്നെ ചിത്രങ്ങൾ വേഗം നന്നായി വരയ്ക്കാനും പഠിക്കണം. പേരിന് ഒരു ചിത്രം എന്ന മട്ടിൽ ധൃതിയിൽ എന്തെങ്കിലും വരച്ചാൽ മാർക്ക് കിട്ടുകയില്ല. മാത്രവുമല്ല ഒരു നല്ല ചിത്രം കണ്ടാൽ വിശദാംശങ്ങൾ എഴുതിയിരിക്കുന്നത് വായിച്ചു നോക്കാൻ മിനക്കെടാതെ നല്ല മാർക്കിടാൻ ഉത്തരക്കടലാസ് പരിശോധിക്കുന്നവരിൽ ചിലർ തയ്യാറായെന്നും വരും. ചില വിഷയങ്ങൾ എഴുതിത്തന്നെ പഠിക്കേണ്ടതുണ്ട്. പ്രത്യേകിച്ചും കണക്ക് എടുത്തു പറയേണ്ടതുണ്ട്. കണക്ക് വായിച്ച് പഠിച്ചാൽ പോരാ ചെയ്തു ചെയ്തു പഠിക്കണം.

പഠിക്കുമ്പോൾ തന്നെ വാക്കുകളുടെ സ്പെല്ലിങ്, പഠിക്കാനും മനസ്സിരുത്തണം. മലയാള പദങ്ങൾക്കും ഇത് ബാധകമാണ്. പലപ്പോഴും പല മലയാളപദങ്ങളും സ്പെല്ലിങ് തെറ്റിയാണ് എഴുതുക. ഈ തെറ്റ് വരാതിരിക്കാൻ മലയാള പദങ്ങൾക്കും സ്പെല്ലിങ് ഉണ്ടെന്നും അതും എഴുതി പഠിക്കേണ്ടതാണെന്നും നാം മനസ്സിരുത്തി മനസ്സിലാക്കണം.

പഠിക്കുമ്പോൾത്തന്നെ പരീക്ഷയ്ക്ക് വരാൻ സാദ്ധ്യതയുള്ള ചോദ്യങ്ങൾ എന്നു തോന്നുന്നവയ്ക്ക് പ്രാധാന്യം കൊടുത്ത് പരമാവധി ഗ്രന്ഥങ്ങൾ റഫർ ചെയ്ത് ഏറ്റവും നല്ല ഉത്തരം കണ്ടെത്തുവാൻ മനസ്സു വെക്കണം. ഇതിനും പുറമേ

പഠിക്കുന്നതോടൊപ്പം സുദീർഘങ്ങളായ വിഷയങ്ങളെ ആവുന്നത്ര സംഗ്രഹിച്ചുകൊണ്ടുള്ള ഒരു കുറിപ്പ് തയ്യാ റാക്കാം. ഇത് അതത് പരീക്ഷയുടെ തലേന്ന് കിട്ടാവുന്ന ഏറ്റവും ചുരു ങ്ങിയ സമയത്തിനുള്ളിൽ വായിച്ചു തീർക്കാൻ കഴിയുന്നതു കൊണ്ട് ഒരു റിവിഷന്റെ ഫലം ചെയ്യും. മാത്രവുമല്ല, ഒരു കാര്യം ഏറ്റവും നന്നായി മനസ്സിലാവുമ്പോഴേ അത് ആവുന്നത്ര ചുരുക്കുവാൻ കഴിയു. അതു കൊണ്ട് സിമ്പലുകളും അക്ഷര ങ്ങളും അവരവർക്ക് ഫലപ്രദമെന്ന് തോന്നുന്ന മറ്റ് മാർഗ്ഗങ്ങളും ഉപയോഗിച്ച് നടത്തുന്ന ഈ ചുരുക്കെഴുത്ത് തന്നെ നല്ലൊരു പഠിപ്പ് മാർഗ്ഗമായിത്തീരും. മൾട്ടിപ്പിൾ ചോയ്സ് ചോദ്യ ങ്ങളെ പ്പറ്റി വേറൊരു ലേഖനമുള്ളതിനാൽ അവയ്ക്ക് ഉത്തരം എഴു താൻ എങ്ങനെ ശീലിക്കണം എന്നതിനെപ്പറ്റി ഒരു കാര്യം ഇവിടെ പരാമർശി ക്കുന്നില്ല. എന്നിരുന്നാലും തരംതാണ ഗൈഡുകൾ വാങ്ങി വായിക്കാതെ കുറഞ്ഞപക്ഷം ടെക്സ്റ്റ് ബുക്കുകൾ തന്നെ വായിക്കാൻ മനസ്സു വയ്ക്കുക. ടെക്സ്റ്റ് ബുക്കുകളേക്കാൾ മെച്ചമേറിയ പുസ്തകങ്ങൾ ഉണ്ടാവാം. പക്ഷേ, പരീക്ഷയ്ക്ക് പഠിക്കുന്ന സമയത്ത് അവ വായിക്കുവാൻ നേരം തികയുകയില്ലല്ലോ. അധികവായനക്കുള്ള അത്തരം പുസ്തകങ്ങൾ പരീക്ഷ അടുക്കുന്നതിനുമുമ്പെ വായിച്ച് കുറിപ്പ് തയ്യാറാക്കിയിട്ടുണ്ടെങ്കിൽ അത് പരീക്ഷയ്ക്ക് പഠിക്കുന്ന സമയത്ത് അനുഗ്രഹമായിരിക്കും.

അവസാനമായി പരമപ്രാധാന്യമുള്ള ഒരു കാര്യം കൂടി സൂചിപ്പിക്കട്ടെ, പഠിക്കുമ്പോൾ പഠിതാവിനുണ്ടാവേണ്ട മനഃസ്ഥിതിയെപ്പറ്റിയാണ് അത്. പഠിക്കുമ്പോൾ പഠിതാവിൽ ഉത്സാഹവും ധൈര്യവും ആത്മവിശ്വാസവും തുളുമ്പിനി ല്ക്കണം. പലരും പേടിച്ച് പേടിച്ചാണ് പരീക്ഷയ്ക്ക് പഠിക്കുക. സത്യത്തിൽ പേടിയെ അല്ലാതെ മറ്റൊന്നിനേയും നാം പേടിക്കേ ണ്ടതില്ല എന്ന് മനസ്സിലാക്കുക. പേടിമൂലം നാം ആകെ ഉലയും. ക്ഷീണിക്കും, തകരും, അപ്പോൾ പിന്നെ പരീക്ഷാഫലം എന്താവുമെന്ന് ഊഹിക്കാമല്ലോ. ആകയാൽ ധൈര്യവും ആത്മവിശ്വാസവും ഉള്ളവർക്കേ ജയമുള്ളൂ എന്ന് എപ്പോഴും ഓർക്കുക. വൃഥാ പരീക്ഷയെ ഭയന്ന് ഉള്ള് ചുട്ട് പൊള്ളിച്ച് ഉറക്കമിളച്ചിരുന്ന് പഠിച്ചിട്ട് കാര്യമില്ല. ഉറക്കം വരുമ്പോൾ നന്നായി

ഉറങ്ങുക – പ്രത്യേകിച്ചു പരീക്ഷയുടെ തലേന്ന്. ഓരോ ദിവസം ഉറങ്ങാൻ പോകുമ്പോഴും പഠിപ്പ് ആരംഭിക്കുമ്പോഴും സർവ്വവ്യാപിയായ മഹാശക്തിയോട് ജയത്തിനായി, ശക്തിക്കായി പ്രാർത്ഥിക്കുക. അല്ലെങ്കിൽ മനസ്സിനെ ഉപദേശിക്കുക– പേടിക്കാനൊന്നുമില്ല. പരീക്ഷയിൽ ഞാൻ നല്ല മാർക്കോടെ ജയിക്കും തീർച്ച. അപ്പോൾ മനസ്സ് ആ പ്രാർത്ഥന അല്ലെങ്കിൽ ഉപദേശം ഉൾക്കൊള്ളും, അതിനനുസരിച്ച് പ്രവർത്തിക്കും. അപ്പോൾ വിജയം തീർച്ച.

2

പരീക്ഷയ്ക്ക് പഠിക്കുമ്പോൾ നന്നായി പഠിക്കാൻ പറ്റാത്തത് എന്തുകൊണ്ട്?

പഠിപ്പ് ഒരു ശീലമാക്കാത്തതുകൊണ്ടോ ഒരു ശീലമാവാത്തതു കൊണ്ടോ ആണ് ഇങ്ങനെ സംഭവിക്കുന്നത്.

നിരന്തരമായ അഭ്യാസം കൊണ്ടേ പഠിക്കാനുള്ള കഴിവ് കൈവരു. ഇതിന് മനസ്സും ശരീരവും ഒന്നിച്ച് പണിപ്പെടണം. ഇല്ലെങ്കിൽ എത്ര നേരം പഠിച്ചാലും പഠിച്ചത് വേണ്ടത്ര മനസ്സിലാവുകയില്ല.

വീട്ടിൽവെച്ചും വിദ്യാലയത്തിൽവെച്ചും പഠിക്കാനുള്ള കഴിവ് നേടാം. എവിടെ വെച്ചായാലും നമ്മുടെ പഞ്ചേന്ദ്രിയങ്ങളിൽ പരമാവധി ഇന്ദ്രിയങ്ങളെ പഠിപ്പിൽ പങ്കെടുപ്പിക്കുവാൻ നാം സദാ ബോധപൂർവ്വം ശ്രമിക്കണം. ഒരു ഉദാഹരണം കൊണ്ട് ഇക്കാര്യം കൂടുതൽ വ്യക്തമാക്കാം.

പലപ്പോഴും നാം വായിച്ചാണ് പഠിക്കുന്നത്. അല്ലെങ്കിൽ അദ്ധ്യാപകരുടെ വിവരണങ്ങളും വിശദീകരണങ്ങളും കേട്ടു പഠിക്കുന്നു.

ഒരു ജന്തുവിന്റെ സവിശേഷതകൾ വിവരിക്കുന്നത് നാം കേൾക്കുന്നു എന്ന് കരുതുക. ഇത് കുറേ നേരം കേൾക്കുമ്പോഴേക്കും പലരും കോട്ടുവായിടുന്നു. ചിലർക്ക് മടുപ്പ് തോന്നുന്നു. ചിലർക്ക് വെറുപ്പ് തോന്നുന്നു. ചിലർ ഉറങ്ങുന്നു.

ഇവിടെ ചെവി എന്ന ഇന്ദ്രിയം മാത്രമെ നാം പഠിപ്പിനു

വേണ്ടി പ്രവർ ത്തിപ്പിക്കുന്നുള്ളൂ. ശ്രവണം എന്ന ഇന്ദ്രീയപ്രവർത്തനം മാത്രമേ ഇവിടെ നടക്കുന്നുള്ളൂ. ഇതിനു പകരം അദ്ധ്യാപകൻ താൻ വിവരിക്കുന്ന ജന്തുവിനെ കാണിച്ചുകൊടുത്തുകൊണ്ട് ക്ലാസെടുക്കുന്നു എന്ന് കരുതുക. അല്ലെങ്കിൽ വായിക്കുന്നതോടൊപ്പം വിദ്യാർത്ഥി ജന്തുവിനെ കാണുന്നുവെന്നോ അതിന്റെ ചിത്രം നോക്കുന്നുവെന്നോ അല്ലെങ്കിൽ അതിനെ സങ്കല്പിക്കുന്നു എന്നോ കരുതുക. അപ്പോൾ കണ്ണ് പഠനത്തിൽ പങ്ക് ചേരുന്നു. ഇതിനിടയിൽ ജന്തു നിങ്ങളുടെ ദേഹത്തു ഒന്നു നക്കിയാലൊ? ത്വക്ക് എന്ന ഇന്ദ്രിയം കൂടി പഠനത്തിൽ സഹായിക്കുകയായി. മൂട്ടയെപ്പോലെയോ മീനിനെപ്പോലെയോ അരിച്ചാൻ എറുമ്പിനെപ്പോലെയോ ഏതെങ്കിലും മണം കൂടി നിങ്ങളെ അത് തൊടും നേരം ഉണ്ടാക്കിയാൽ മൂക്കും പഠനത്തിൽ പങ്കുചേരും. ഇങ്ങനെ ചെവിയും, മൂക്കും, കണ്ണും, ത്വക്കും കൂടിയുള്ള പഠനം നിങ്ങൾ ഒരിക്കലും മറക്കുകയില്ല. കാരണം ഒന്നിന്റെ സ്ഥാനത്ത് ഒന്നിലേറേ ഇന്ദ്രിയങ്ങളാണ് നിങ്ങൾക്കു വേണ്ടി പണിപ്പെട്ട് പഠിക്കുന്നത്. അപ്പോൾ പഠിക്കുന്നത് കൂടുതൽ വ്യക്തതയോടെ കൃത്യതയോടെ ആഴത്തിലാഴത്തിൽ നിങ്ങളിൽ പതിയുന്നു. അറിവ് നിങ്ങളുടെ ചിന്തയും ബുദ്ധിയും ഓർമ്മയുമായി സാത്മീകരണം പ്രാപിക്കുന്നു.

ആകെയാൽ പഠിപ്പിനുവേണ്ടി പരമാവധി ഇന്ദ്രിയങ്ങളെ പ്രയോജന പ്പെടുത്തുക. മത്സ്യത്തിന്റെ ആന്തരികഘടനയെപ്പറ്റി വായിച്ച് മുഷിയുമ്പോൾ എന്തുകൊണ്ട് കറിവയ്ക്കാൻ വാങ്ങുന്ന മത്സ്യത്തിന്റെ ഉള്ളുകളി ഒന്ന് പരിശോധിച്ച് നോക്കിക്കൂടാ?

പറഞ്ഞ് വരുന്നത് ഇതാണ്. പരിശീലനത്തിൽ കൂടി പാഠശീലം വളർത്തി എടുക്കണം. പഞ്ചേന്ദ്രിയങ്ങൾ പഠിപ്പിനായി പരമാവധി പ്രയോജനപ്പെടുത്തണം.

3

പരീക്ഷയ്ക്ക് ഏറ്റവും നന്നായി പഠിക്കുവാൻ എന്തെങ്കിലും മുന്നറിവും മുൻകരുതലും അത്യാവശ്യമാണോ? ആണെങ്കിൽ എന്തെല്ലാം?

മുന്നറിവും മുൻകരുതലും അത്യാവശ്യമാണ്

മുന്നറിവ്:

1. പഠിക്കുമ്പോൾ തന്നെ പഠിക്കുന്നത് ആഴത്തിൽ ഉൾക്കൊള്ളാൻ ആവുന്നത്ര പരീക്ഷണം സ്വയം നടത്താൻ ശ്രദ്ധിക്കണം.
2. എല്ലാ ശ്രദ്ധയും പഠിപ്പ് എന്ന സൂചിമുനയിൽ കേന്ദ്രീകരിച്ച് നിറുത്താനുള്ള ഏകാഗ്രത നിരന്തരപരിശീലനത്തിലൂടെ സമ്പാദിപ്പി ക്കണം.
3. ഏകാഗ്രത വളർത്തിയെടുക്കാൻ എല്ലാ ഇന്ദ്രിയങ്ങളേയും നിയന്ത്രിക്കാൻ മനസ്സുവയ്ക്കണം. കാണേണ്ടതേ കാണാവൂ. കേൾക്കേണ്ടതേ കേൾക്കാവൂ. സ്വാദുണ്ടെന്ന് കരുതി വാരിവലിച്ച് ഭക്ഷിക്കരുത്.
4. വൃഥാ ഭയപ്പെടരുത്. അതുമിതും ആലോചിച്ച് വിഷമിക്കരുത്.
5. ചിന്ത നിയന്ത്രിക്കണം. ഭയപ്പെടുത്തുന്നതും ദുഃഖിപ്പിക്കുന്നതും ആശങ്ക ജനിപ്പിക്കുന്നതുമായ വിചാരങ്ങളെ മനസ്സിലേക്ക് കടത്തി വിടരുത്. നല്ലതേ വരൂ എന്ന് വിശ്വസിക്കണം.

6. കണ്ണിനും ചെവിക്കും ശക്തമായ കാവൽ ഏർപ്പെടുത്തണം. വായി ക്കുമ്പോൾ ഒരു ചെറിയ ശബ്ദം കേട്ടാൽ കാതോർ ക്കാൻ ചെവിയെ അനുവദിക്കരുത്. വായിക്കുമ്പോൾ നോട്ടം വെളിയിലേക്ക് പാഞ്ഞു പോവാനും കണ്ണിനെ സമ്മതിക്കരുത്.
7. ഏകാഗ്രത വർദ്ധിപ്പിക്കാൻ ധ്യാനം ശീലിക്കാം. ധ്യാനം എന്തിന്? എങ്ങനെ? നിത്യജീവിത സംഘർഷത്തിൽ നിന്നുള്ള മോചനത്തിനും മനസ്സിന്റെ കുളിർമ്മയ്ക്കും ആത്മാവിന്റെ ആശ്വാസത്തിനും എല്ലാ ത്തിലുമുപരി ഏകാഗ്രതയ്ക്കും ധ്യാനം നന്ന്.

ധ്യാനത്തിന്റെ ആരംഭത്തിൽ ഇടവിടാതെ ഒരേ സംഗതിയെപ്പ റ്റിതന്നെ വിചാരിക്കണം. ധ്യാനം ഈശ്വരവിശ്വാസികൾക്ക് മാത്ര മുള്ള താണെന്ന് എങ്ങനെയോ നാം തെറ്റിദ്ധരിച്ചിരിക്കുന്നു. മത വിശ്വാസികളല്ലാത്തവർക്കും, നിരീശ്വരവാദികൾക്കും ഭൗതികവാ ദികൾക്കും എല്ലാം ധ്യാനം ശീലിക്കാം. ആത്മനിർവൃതി നേടാം.

ഏത് ജാതിക്കാർക്കും മതക്കാർക്കും ധ്യാനം ആവാം. ധ്യാ നത്തിന് പത്മാസനത്തിലിരിക്കുന്നതാണ് ഉത്തമം. വലതുകാൽ ഇടത് തുടയ്ക്ക് മുകളിലും ഇടതുകാൽ വലത് തുടയ്ക്ക് മുക ളിലും കയറ്റിവെച്ച് ഉപ്പൂറ്റികൾ അടിവയറ്റിൽ തൊട്ടുവരത്തക്ക വിധത്തിൽ പാദങ്ങൾ രണ്ടും ക്രമീകരിച്ചാൽ പത്മാസനമായി. ഈ പത്മാസനത്തിൽ ഇരിക്കാനുള്ള ബുദ്ധിമുട്ടോർത്ത് ധ്യാനം ശീലിക്കാതിരിക്കേണ്ട. ചുമ്മാ ചമ്രം പടിഞ്ഞിരുന്നും, കുർബാന കൈകൊള്ളാനിരിക്കുന്നതുപോലെ ഇരുന്നും, മുഹമ്മദീയർ നമ സ്കരിക്കാനിരിക്കുന്നതുപോലെ ഇരുന്നും നന്നായി ധ്യാനനിര തരാകാം. ഇനി ഇതിനൊന്നും വയ്യാത്ത സ്ഥിതിയിലാണെങ്കിൽ ഇരിപ്പ് പ്രശ്നമാക്കേണ്ട. കസേരയിൽ ഇരുന്നും നന്നായി ധ്യാ നിക്കാം. മേൽ സൂചിപ്പിച്ച ഏതെങ്കിലും വിധത്തിൽ ഇരുന്ന ശേഷം മനസ്സ് ഏകാഗ്രമാക്കുക. ഇതിനു വേണ്ടി ഈശ്വരവിശ്വാ സികൾക്ക് ഇഷ്ടദൈവത്തിൽ ശ്രദ്ധ കേന്ദ്രീകരിക്കാം. അല്ലാത്ത വർക്ക് സ്വന്തം ശരീരത്തിലുള്ളതോ അല്ലെങ്കിൽ തൊട്ടുമുമ്പിൽ എവിടെയെങ്കിലും കാണുന്ന ഒരു പ്രത്യേക ബിന്ദുവിൽ ദൃഷ്ടി യൂന്നി കേന്ദ്രീകരിക്കാം. കത്തിച്ചുവെച്ച മെഴുകുതിരിനാളമോ, നെയ്ത്തിരിനാളമോ, സുന്ദരമായ ഏതെങ്കിലും ദൃശ്യം ഒപ്പിയെ

ടുത്ത ചിത്രമോ, പെയ്ന്റിങ്ങോ, ഒക്കെ ശ്രദ്ധ കേന്ദ്രീകരിക്കുന്നതിന് പ്രയോജനപ്പെടുത്താം. ഈശ്വരനിലോ ബാഹ്യവസ്തുവിലോ ദൃഷ്ടിയൂന്നി മനസ്സ് ശാന്തമായശേഷം കണ്ണ് പാതി ചിമ്മുക. മനസ്സ് ഏകാഗ്രമാക്കുവാൻ, ശ്രദ്ധയെ ഒരു ബിന്ദുവിൽ തളച്ചിടാൻ അങ്ങേയറ്റം പരിശ്രമിക്കുക. കണ്ണ് പാതി മാത്രം ചിമ്മുക എന്നു പറയാൻ കാരണമുണ്ട്. കണ്ണ് മുഴുവൻ തുറന്നാൽ ദൃഷ്ടി ചുറ്റി സഞ്ചരിച്ച് ശ്രദ്ധ പോവും. കണ്ണ് മുഴുവൻ ചിമ്മിയാൽ ഉറക്കവും വരാം.

ഇതിനുശേഷം ശരീരത്തിന്റെ അടി മുതൽ മുടി വരെ ഓരോ ശരീരാവയവത്തിനും വിശ്രമം നല്കുക. കാലിന് വിശ്രമം, കൈയിന്, ഉദരത്തിന്, മൂക്കിന്, ചെവിക്ക്, കണ്ണിന് ഇങ്ങനെ എല്ലാത്തിനും വിശ്രമം, വിശ്രമം എന്ന് സങ്കല്പിക്കുക. മനസ്സ് പിന്നെയും പിന്നെയും ഏകാഗ്രമാക്കുക. അരമണിക്കൂർ ഇത് തുടരുക. അപ്പോഴത്തെ ആത്മാനന്ദവും മനഃശാന്തിയും അനുഭവിക്കുക.

ധ്യാനത്തിൽ മനസ്സ് ഏകാഗ്രമാക്കലാണ് ഏറ്റവും പ്രയാസം, പ്രത്യേകിച്ചും ആരംഭത്തിൽ. കാട്ടുകുരങ്ങിനെപ്പോലെയാണല്ലോ സാധാരണക്കാരന്റെ മനസ്സ്. അതെപ്പോഴും ചാഞ്ചാടിക്കൊണ്ടിരിക്കും. ഇതിന് പരിഹാരമായി ഗീതയിൽ പറയുന്നത് നോക്കൂ–

യതോയതോ നിശ്ചരതി മനശ്ചഞ്ചലമസ്ഥിരം
തതസ്തതോ നിയമ്യൈതദാത്മന്യേവവശം നയേൽ

(ചപല സ്വഭാവത്തോടുകൂടിയതും വ്യവസ്ഥയില്ലാത്തതുമായ മനസ്സ് ഏതേതു വിഷയത്തിൽ പ്രവേശിക്കുന്നുവോ അതാതു വിഷയത്തിൽ നിന്ന് മനസ്സിനെ, പ്രത്യാഹരിച്ച് ആത്മസ്വരൂപത്തിൽ (ശ്രദ്ധാ കേന്ദ്രത്തിൽ സ്ഥിരമായി നിർത്തേണ്ടതാകുന്നു.)

ഭഗവാൻ ഇത്രയും കൂടി പറയുന്നുണ്ട് – ആത്മാവിനെ മനസ്സിൽ സ്ഥിരമാക്കി നിറുത്തി "നകിഞ്ചിദപി ചിന്തയേത്" (മറ്റൊന്നിനെപ്പറ്റിയും ചിന്തിക്കാതിരിക്കുക).

ജോൺ വൈറ്റും ജെയിംസ് ഫാഡിമാനും ചേർന്ന് എഡിറ്റ് ചെയ്ത 'റിലാക്സ്'(Relax) എന്ന ഗ്രന്ഥത്തിലും ഇതേ പ്രശ്നം ഉന്നയിച്ചിരിക്കുന്നത് നോക്കുക.

ധ്യാനനിരതനാവുന്ന ആൾ മനസ്സിനെ ഏകാഗ്രമാക്കാൻ ശ്രമിക്കുമ്പോൾ കാട്ടുകുരങ്ങിനെപ്പോലെയുള്ള മനസ്സ് സദാ ഭൂതഭാവി

– കാലവിചാരങ്ങൾ ഉണർത്തുന്നതിനാൽ അയാളുടെ ശ്രദ്ധ ചിതറുന്നു......

അപ്പോൾ മറ്റെന്തിനെക്കാളുമേറെ ധ്യാനത്തിന് ഏകാഗ്രത വേണം.

8. ക്ലാസു മുറിയിൽ വെച്ചും വീട്ടിൽ വെച്ചും പഠിക്കുമ്പോൾ നോട്ട്സ് സ്വയം തയ്യാറാക്കണം. ഇങ്ങനെ കുറിച്ചെഴുതുമ്പോൾ ത്വക്ക് എന്ന ഇന്ദ്രിയത്തെകൂടി നാം പഠിപ്പിന് പ്രയോജനപ്പെടുത്തുന്നു. എന്താണ് എഴുതുന്നത്, എഴുതിയത് എന്ന് നോക്കുമ്പോൾ കണ്ണ് കൂടി പഠിപ്പിൽ മുഴുകും – ഇത് ഓർമ്മ ശക്തി കൂട്ടും. പകൽകിനാവ് കാണുന്നതിൽ നിന്നും നിങ്ങളെ രക്ഷിക്കും.

മുൻകരുതലുകൾ :

1. പഠിക്കുമ്പോൾ നോട്ട് കുറിക്കുന്നത് ശീലമാക്കുക.
2. വായിക്കുമ്പോൾ കൈയിൽ പേനയോ പെൻസിലോ വേണം. മനസ്സ് പതറാനും നിങ്ങൾ പകൽകിനാവ് കാണാനും തുടങ്ങുമ്പോൾ പേനയോ പെൻസിലോ നിങ്ങളെ വിളിച്ചുണർത്തും–"നോക്കൂ നോക്കൂ. പഠിച്ചാലെ എന്നെ ചലിപ്പിച്ച് നോട്ട് കുറിക്കാൻ കഴിയൂ കേട്ടോ."
3. സ്കൂൾ തുറന്നാൽ വിദ്യാർത്ഥി ആഴ്ചയിൽ 45 – 65 മണിക്കൂർ സമയമെങ്കിലും നന്നായി പഠിക്കാൻ വിനിയോഗിക്കണം.
4. എന്നും ഒരേ സമയത്ത് ഒരേ സ്ഥലത്ത് ഇരുന്ന് പഠിക്കണം. എങ്കിൽ അത് എളുപ്പം ഒരു ശീലമാവും. ചുട്ടയിലെ ശീലം ചുടലവരെ എന്നോർക്കുക. അപ്പോൾ പഠിപ്പ് ഒരു ശീലമായാൽ എന്നെന്നും പഠിക്കാനായാൽ എത്രമേൽ നിങ്ങൾ ശക്തനാകുമെന്നോ!
5. ശല്യമില്ലാത്ത സ്ഥലത്തിരുന്ന് പഠിക്കണം. റേഡിയോയിൽ നിന്നും ടെലിവിഷനിൽ നിന്നും ഈ സ്ഥലം അകന്നിരിക്കണം. സിനിമാ പ്രേമികളും ക്രിക്കറ്റ് ഭ്രാന്തന്മാരും രാഷ്ട്രീയക്കാരും പഠിച്ചുകൊണ്ടിരിക്കുമ്പോൾ ശല്യപ്പെടുത്താൻ വന്നാൽ ഓടി ഒഴിയണം.
6. ഇരുന്ന് പഠിക്കുന്ന സ്ഥലം സൗകര്യമുള്ളതാവണം. പക്ഷേ,

എളപ്പം ഉറക്കം വരത്തക്കവിധം അധികസുഖസൗകര്യങ്ങൾ ഉള്ളതാവരുത് സ്ഥലം.

7. വായിക്കാൻ വേണ്ട വെളിച്ചം മുറിയിലുണ്ടായിരിക്കണം. വെളിച്ചം കണ്ണഞ്ചിക്കുന്നതാവരുത്. വായിക്കുന്ന പുസ്തകത്തിൽ ഒരു കണ്ണാടിവെച്ചു നോക്കുമ്പോൾ മുറിയിലുറപ്പിച്ചിരിക്കുന്ന ബൾബിന്റെയോ ട്യൂബിന്റെയോ ടേബിൾ ലാമ്പിന്റെ ബൾബിന്റേയോ പ്രതിബിംബം കാണുന്നെങ്കിൽ മുറിയിലെ വെളിച്ചം കണ്ണഞ്ചിക്കുന്നതാവും. ഉടൻ ഒന്നുകിൽ ബൾബിന്റെ സ്ഥാനം മാറ്റുക. അല്ലെങ്കിൽ ഇരുന്ന് വായിക്കുന്ന സ്ഥലം മാറുക.

8. പഠിപ്പിനിടയ്ക്ക് ഏതെങ്കിലും ഭാഗം എത്ര പഠിച്ചാലും മനസ്സിലാവുന്നില്ലെങ്കിൽ അത് നിങ്ങൾ വായിക്കുന്ന ഗ്രന്ഥത്തിന്റെ രചനയിലെ തകരാറ് കൊണ്ട് സംഭവിക്കുന്നതാവാം. ആകയാൽ ലൈബ്രറിയിൽ പോയി ഇതേ വിഷയം പ്രതിപാദിക്കുന്ന മറ്റൊരു ഗ്രന്ഥം എടുത്ത് ഈ ഭാഗം മാത്രം വായിച്ചറിയുക.

9. വായിച്ചുപോകുമ്പോൾ തന്നെ സ്വയം ചോദ്യങ്ങളുണ്ടാക്കുക. ഉത്തരം കണ്ടെത്തുക. അത്തരം ഉത്തരങ്ങൾക്ക് താഴെ അടിവരയിടുക.

10. പഠിക്കുന്നത് ഏറ്റവും വ്യക്തമായും കൃത്യമായും മനസ്സിലാക്കാൻ കൂടുതൽ പുസ്തകങ്ങൾ പരിശോധിച്ച് സംശയങ്ങൾ തീർക്കുക.

4

പഠിപ്പ് ഒരു ഭാരമാണോ?

പഠിപ്പ് ഒരു ഭാരമാണെന്നോ? അല്ലേ അല്ല. ശ്വസിക്കുന്നതു പോലെ, ഭക്ഷിക്കുന്നതുപോലെ ഈ ഭൂമിയിൽ നന്നായി കഴിയുന്നത്രകാലം കഴിയാൻ വേണ്ടി നാം അനുഷ്ഠിക്കേണ്ട ഒരു പുണ്യകർമ്മമാണ് പഠിപ്പ്. പഠിപ്പിലൂടെ മാത്രമെ അന്വേഷിക്കാനും അറിയുവാനും കഴിയൂ. അറിവിലൂടെ മാത്രമെ നമുക്ക് ആത്മാനന്ദം അനുഭവിക്കാനാവൂ. ആകയാൽ പഠിപ്പ് ഒരു ഭാരമല്ല.

തുമ്പിയെക്കൊണ്ട് കല്ലെടുപ്പിക്കുന്നതുപോലെയൊന്നുമല്ല പരീക്ഷയ്ക്ക് അയക്കുന്നത്. നമ്മുടെ അറിവും കഴിവും മിടുക്കും ബുദ്ധിശക്തിയും പ്രകടിപ്പിക്കാനുള്ള ഒരവസരമാണ് പരീക്ഷ.

പഠിക്കാനും പരീക്ഷയ്ക്ക് ഇരിക്കാനും ഒരവസരം കിട്ടുന്നതുതന്നെ ഭാഗ്യമാണ്. അല്ലെന്ന് തോന്നുന്നത് മുളയിലേ കരിയുന്ന അനേകായിരം ജീവിതങ്ങളെ നാം കണ്ടിട്ടും കാണാത്തതുകൊണ്ടാണ്.

നമ്മൾ അറിയുന്നുണ്ടോ?

ഇന്നും നമ്മുടെ കുട്ടികളുടെ കാര്യം പരമകഷ്ടം തന്നെ. അവരില ധികം പേരും കഷ്ടപ്പാടിലും കണ്ണീരിലും കിടന്നു നട്ടം തിരിഞ്ഞു കൈകാലിട്ടടിക്കുന്ന ചിത്രം എത്ര സങ്കടകരം, ശോചനീയം? എടുക്കാൻ വയ്യാത്ത ചുമട് ആണ് നാം അവർക്ക് ഏറ്റിക്കൊടുക്കുന്നത്.

അതെടുക്കാൻ പണിപ്പെട്ടു തല ചുട്ടുപൊള്ളി നടുവൊടിഞ്ഞ് ഇന്നും എത്രയെത്ര പേർ തളർന്നു വീഴുന്നു. ചിലർ ആ തളർച്ചയിൽ കിടന്ന് തകർന്നു മണ്ണടിയുന്നുമുണ്ടാവും. മുളയിലേ കരിയുന്ന ഈ മനുഷ്യജീവികളെപ്പറ്റി ഇന്ത്യ ഗവൺമെന്റിന്റെ ലേബർ ബ്യൂറോ നടത്തിയ സർവ്വേ വെളിപ്പെടുത്തിയ വിവരങ്ങൾ ആരെയൊണു ഞെട്ടിക്കാത്തത്! ഇതാ നോക്കൂ.

കളിക്കേണ്ട പ്രായത്തിൽ, പഠിക്കേണ്ട പ്രായത്തിൽ ഇവിടെ കുട്ടികൾ പൊരിഞ്ഞു പണിയെടുക്കുകയാണ്. ലോകത്തിലാകപ്പാടെ അഞ്ഞൂറ്റി ഇരുപത് ലക്ഷം കുട്ടികളായ തൊഴിലാളികളുള്ളതിൽ മുന്നൂറ്റി എൺപതു ലക്ഷവും ഏഷ്യക്കാരത്രേ. അവരിൽ മൂന്നിലൊന്ന് ഇന്ത്യൻ കുട്ടികളാണ്. ജോലി – പതിനഞ്ചു മണിക്കുർ!

......മുതിർന്നവർക്കു ജോലി എട്ടുമണിക്കൂർ. പക്ഷേ, കുട്ടികൾ പത്തു മുതൽ പതിനഞ്ചു മണിക്കൂർവരെയും ചിലപ്പോൾ അതിൽ കൂടുതലും പണിയെടുക്കേണ്ടിവരുന്നു. കേരളത്തിൽ മൽസ്യം തൊലിയുരിക്കലിൽ ഏർപ്പെട്ടിരിക്കുന്ന കുട്ടികൾ പതിനഞ്ചുമണിക്കൂറാണ് തുടർച്ചയായി പണി എടുക്കുന്നത്. ഡൽഹി ഹോട്ടലുകളിൽ പതിനാല് മണിക്കൂർ തുടർച്ചയായി പണി എടുക്കുന്നു കുട്ടിയായ തൊഴിലാളി.

കുട്ടിത്തൊഴിലാളിക്കു ജോലി കൂടുതലാണെങ്കിലും കൂലി കുറവാണ്. ദിവസക്കൂലി രണ്ടു രൂപയ്ക്കും മൂന്നു രുപയ്ക്കും ഇടയ്ക്കു മാത്രം. (മഹാരാഷ്ട്രയിലെ പരുത്തിമില്ലുകളിൽ ദിവസക്കൂലി വെറും രണ്ടുരൂപയാണത്രേ.)

കോയമ്പത്തൂർ ജില്ലയിലെ വസ്ത്ര നിർമ്മാണശാലകളിൽ മാത്രം ആയിരക്കണക്കിന് കുട്ടികൾ പണിയെടുക്കുന്നു. തുന്നൽക്കാർക്ക് സഹായികളായി പ്രവർത്തിക്കുന്ന ഇവരുടെ ദിവസക്കൂലി ഒന്നര രൂപ മുതൽ അഞ്ചു രൂപ വരെ മാത്രം. ഒരുടുപ്പിലോ ബനിയനിലോ ഷർട്ടിലോ ലേബൽ തുന്നിപ്പിടിപ്പിക്കുന്നതിന് ഇത്ര പൈസ എന്ന കണക്കിൽ കരാർ വ്യവസ്ഥയിലാണ് കൂലി. അപ്പോൾ കുട്ടികൾ മൽസരിച്ച് പണിയെടുക്കുമല്ലോ.

ശിവകാശിയിലെ തീപ്പെട്ടിക്കമ്പനികളിലും പടക്കക്കമ്പനികളിലും മാത്രം അരലക്ഷത്തോളം കുട്ടികളാണ് പണി എടുക്കുന്നത്. തമിഴ്നാട്–കേരള സംസ്ഥാനങ്ങളിലെ കാപ്പി – ചായ –

ഏലം തോട്ടങ്ങളിൽ പണിയെടുക്കുന്ന ആൺകുട്ടികളും എത്രയെന്നു കൃത്യം കണക്കില്ല.

തമിഴ്നാട്ടിലെ കാഞ്ചീപുരം നിവാസികളിൽ എഴുപത്തഞ്ച് ശതമാനവും കൈത്തറി ജോലിക്കാരാണ്. ഇവരിൽ മൂന്നിലൊന്ന് പേർ പതിന്നാലു വയസ്സിനു താഴെയുള്ള തൊഴിലാളികളത്രേ. ഇവർ പ്രതിദിനം പത്തു മണിക്കൂർ പണിയെടുക്കുന്നു.

കേരളത്തിലെ സീ ഫുഡ് കമ്പനികളിൽ പണിയെടുക്കുന്ന കുട്ടികൾ മീൻതൊലി ഉരിക്കേണ്ടതും തൊണ്ടുപൊളിക്കേണ്ടതും രാത്രിയിലാണ്. സാധാരണ പകൽ നാലുമണിയോടെ ആണ് മീൻപിടിക്കാൻ പോയവർ മീനുമായി കരയ്ക്കിറങ്ങുക. അപ്പോൾ മുതൽ ഫാക്ടറിയിൽ കുട്ടികൾ ജോലി ആരംഭിക്കുന്നു.

ഒരു പോള കണ്ണടയ്ക്കാതെയുള്ള ഈ ജോലി തീരുന്നതു പിറ്റേന്ന് രാവിലെ ഏഴ് എട്ട് മണിയോടെ മാത്രമാണ്. ഉറങ്ങേണ്ട സമയത്ത് ഒന്ന് നടുചായ്ക്കാൻപോലും തരപ്പെടാതെ പൊരിഞ്ഞു പണിയെടുക്കേണ്ടിവരുന്ന ഈ കുഞ്ഞുങ്ങളുടെ പഠിപ്പിനെപ്പറ്റിയും ഭാവിയെപ്പറ്റിയും ശിശുദിനാഘോഷവേളയിലെങ്കിലും ഒന്നു ചിന്തിക്കുക.

നമ്മുടെ മഹാനഗരങ്ങളായ ബോംബെയിലും കൽക്കത്തയിലും എല്ലാം കുട്ടികൾ നട്ടംതിരിയുകയാണ്. ബോംബെയിൽ അറുപതു മുതൽ നൂറ്റിഇരുപതു രൂപ വരെയാണ് ഒരു കുട്ടിയുടെ മാസശമ്പളം. കൽക്കത്തയിൽ ഇത് 15 മുതൽ 50 രൂപ വരെയും.

ഇത് ഇന്ത്യയിലെ സ്ഥിതി. ഇതിനേക്കാൾ കഷ്ടമാണ് തെക്കേ ആഫ്രിക്കയിലെ നരകയാതന. അവിടെ ജോലിഭാരത്താൽ നടു ഒടിയുന്ന കുട്ടികളുടെ എണ്ണം പതിനായിരക്കണക്കിനാണ്. വെള്ളക്കാരായ വൻഭൂവുടമകളുടെ വയലുകളിൽ മാത്രം പത്തിനും പതിനഞ്ചിനും ഇടയ്ക്കു പ്രായമുള്ള ആറരലക്ഷം കുട്ടികൾ കഠിനാദ്ധ്വാനം ചെയ്യുന്നു. ചുട്ട അടി അടിച്ചാണ് ഇവരെ പണിയെടുപ്പിക്കുന്നത്.

പണിയെടുക്കാൻ വയ്യാത്ത കുഞ്ഞുങ്ങളെപ്പോലും നിർദ്ദയമായി, അതിക്രൂരമായി ചമ്മട്ടിക്കൊണ്ട് അടിച്ച് പണി എടുപ്പിക്കുന്നു. പലപ്പോഴും ചമ്മട്ടി പ്രഹരമേറ്റ് പിടഞ്ഞ് മരിക്കുന്നു. അല്ലെങ്കിൽ മാറാരോഗം പിടിപ്പെട്ട് വേദനയിൽ വിങ്ങിവിങ്ങി മരണം കാത്തു കിടക്കുന്നു. മുളയിലേ കരിയുന്ന ഈ ജീവിതങ്ങൾക്കു

ജീവിതം ഒരു തുള്ളി കണ്ണീർമാത്രം.

തെക്കേ ആഫ്രിക്കയിൽ 1976 മുതൽ 1979 വരെ ഉള്ള കാലഘട്ടത്തിൽ മാത്രം പണിയെടുക്കാൻ മടികാണിച്ച ആയിരക്കണക്കിന് കുട്ടികളെ വിലങ്ങുവച്ച് ജയിലിലാക്കി. അവരിൽ ചിലർ അതികഠോരമായ മർദ്ദനമേറ്റ് മരിച്ചു! കുട്ടികളെക്കൊണ്ടു പണിയെടുപ്പിക്കുക എന്ന ആഫ്രിക്കൻ സാമൂഹ്യനയത്തിന്റെ ലംഘനമായിരുന്നു ഇവരുടെമേൽ ആരോപിച്ച കുറ്റം.

മുതിർന്ന ഒരാളിന്റെ കൂലി കുട്ടിക്കു കൊടുക്കേണ്ട. എന്നാൽ മുതിർന്ന ആളിൽനിന്നും കിട്ടുന്നത്ര അദ്ധ്വാനം കുട്ടിയിൽ നിന്നു പിഴിഞ്ഞെടുക്കുകയും ചെയ്യാം. ഈ ലാഭമോഹമാവും മുതിർന്നവർക്കു പകരം കുട്ടികളെ ജോലിക്കെടുക്കാൻ പ്രേരണ. കുട്ടികളാവുമ്പോൾ സംഘടനയും സമരവും അത്ര പ്രശ്നവുമാവില്ലല്ലോ.

കുട്ടികൾ ജോലിക്കു പോകേണ്ടിവരുന്നത് ദാരിദ്ര്യം കൊണ്ടു മാത്രമല്ല. അച്ഛനമ്മമാരുടെ അറിവില്ലായ്മയും ആത്മാർത്ഥതകുറവും സ്നേഹമില്ലായ്മയും കൂടി ഇതിനു വഴിവയ്ക്കുന്നു. ഭാര്യയും കുട്ടികളും പട്ടിണി കിടക്കുമ്പോൾ കിട്ടുന്ന കാശ് മദ്യഷാപ്പിൽ കൊടുക്കുന്ന ക്രൂരത ഇന്നും നമ്മുടെ നാട്ടിൽ നിലനില്ക്കുന്നുവല്ലോ.

ശിശുദിനങ്ങൾ പലതും കടന്നുപോയിട്ടും ശിശുവർഷം കേമമായി കൊണ്ടാടിയിട്ടും ഇതാണു സ്ഥിതി. ഇതു കണ്ടിട്ടും കാണാതെ, കേട്ടിട്ടും കേൾക്കാതെ നടക്കുമ്പോഴാണ് പഠിക്കാനും പരീക്ഷയ്ക്ക് ഇരിക്കാനും പറ്റുന്നതുതന്നെ ഒരു ഭാഗ്യമാണെന്ന് തോന്നാത്തത്.

പഠിക്കുന്നവരും പരീക്ഷയ്ക്ക് ഇരിക്കുന്നവരും ഈ ദുഃഖസത്യം മനസ്സിലാക്കണം. അവർക്ക് കൈവന്നിരിക്കുന്ന ഈ നല്ല അവസരം അങ്ങേയറ്റം പ്രയോജനപ്പെടുത്തണം. ഇതുപോലെ മറ്റൊരവസരം ജീവിതത്തിൽ കിട്ടിയെന്ന് വരില്ല. കാരണം അവസരം എത്രയും അപൂർവ്വമായിരിക്കും. അതുകൊണ്ട് കിട്ടിയ അവസരം പാഴാക്കാതിരിക്കാനുള്ള ബാദ്ധ്യത ഏറ്റെടുക്കുക. ഈ അവസരത്തിൽ നിന്ന് പരമാവധി മുതലെടുത്ത് കൊണ്ട് തന്നോടും തന്റെ പ്രിയപ്പെട്ടവരോടും ഉള്ള ജന്മബാദ്ധ്യത നിറവേറ്റുക.

5

മക്കൾ നന്നായി പരീക്ഷ എഴുതാൻ മാതാപിതാക്കൾ എന്തു ചെയ്യണം?

മക്കളെ നന്നായി വളർത്താൻ പഠിക്കണം. സ്വയം നല്ല പിതാവാവാനും മാതാവാകാനും മാതാപിതാക്കൾ ബോധപൂർവ്വം മനസ്സുവെക്കണം. ഇതിന് ചില നിർദ്ദേശങ്ങൾ താഴെ ചേർക്കുന്നു:

1. മക്കളെ മാതാപിതാക്കളുടെ അടിമയാക്കാൻ ശ്രമിക്കരുത്. മക്കളെ അവരവരായി വളരാൻ അനുവദിക്കണം. ഓരോ ആൾക്കും അയാളുടേതായ വ്യക്തിത്വം ഉണ്ടാവും. ആ വ്യക്തിത്വത്തെ വികസിപ്പിക്കുവാനും നല്ല രീതിയിൽ വളർത്താനും മാതാപിതാക്കൾ മനസ്സുവെക്കണം. അടിച്ചതുകൊണ്ടും പേടിപ്പിച്ചതുകൊണ്ടും കുട്ടികൾ നന്നാവില്ല. ആത്മാർത്ഥമായ സ്നേഹം കുട്ടികൾക്ക് നല്കണം. എന്നുവെച്ച് അമിത വാല്സല്യമോ സ്നേഹമോ നല്കി കുട്ടിയെ വഷളാക്കരുത്.
2. കുട്ടികളെ അടിക്കണോ? അടിക്കാതെ കുട്ടികൾ നന്നാവില്ലെന്ന് വിശ്വസിക്കുന്നവരുണ്ട്. അടിക്കേണ്ട, സ്വയം തെറ്റു തിരുത്തി നന്നായിക്കൊള്ളും എന്ന് വിചാരിക്കുന്നവരുണ്ട്. ഈ രണ്ട് സമീപനവും വീക്ഷണവും ശരിയല്ല.
എല്ലാ കുട്ടികളെയും അടിക്കേണ്ടതില്ല. ചിലർക്ക് അടി അവസരോചിതമായി നല്കാം. പലപ്പോഴും അടിക്കേണ്ടതില്ല.

തെറ്റുചെയ്താൽ അടികിട്ടും എന്ന ഒരു ബോധം കുട്ടിയിൽ ജനിപ്പിക്കുകയേ വേണ്ടൂ. അതിന് തീരെ നിവൃത്തിയില്ലാതെ വരുമ്പോൾ വടിയെടുത്താൽ മാത്രം മതി. അടിക്കേണ്ട. അപ്പോൾ അടിക്കണോ എന്നതിനെക്കാളേറെ എങ്ങനെ എപ്പോൾ അടിക്കണം എന്നാണ് നാം ചിന്തിക്കേ ണ്ടത്. പലപ്പോഴും നമ്മുടെ ദേഷ്യം തീർക്കാനാവും കുട്ടിയെ തല്ലുന്നത്. ലൈറ്റ് കെടുത്താതെ ഒന്നു മയങ്ങുന്നതിന് തലയ്ക്കടിക്കുക, അരിവാർത്തപ്പോൾ അല്പം താഴെ പോയതിന് കവിളിൽ തവി കൊണ്ട് കുത്തുക, ഒരു മാർക്ക് കുറഞ്ഞതിന്, റാങ്ക് ഒന്ന് താന്നതിന് പൊതിരെ തല്ലുക ഇതെല്ലാം, ഇതിന് ഉദാഹരണമാണ്.

കുട്ടികൾ കുറ്റം ചെയ്യുമ്പോൾ കണ്ണുചുമപ്പിച്ച് കിട്ടിയതെടുത്ത് തല്ലുന്നതിന് പകരം അവർ എന്തുകൊണ്ട് കുറ്റം ചെയ്യുന്നു എന്ന് ചിന്തിച്ചു നോക്കണം. കുട്ടിയുടെ സ്ഥാനത്ത് നിന്ന് അതിനെ കാണണം. കുട്ടിയുടെ പ്രായവും അപക്വതയും കണക്കിലെടുക്കണം. “നീ ഒരു നല്ല കുട്ടിയാണല്ലോ. പിന്നെ എന്തിനിങ്ങനെ ചെയ്തു” എന്ന് പറയുന്നതിലുള്ള സമീപനരീതിയാണ് നാം സ്വീകരിക്കേണ്ടത്. കുട്ടികളുടെ ആത്മാഭിമാനത്തെ ഉത്തേജിപ്പിച്ച് സമാധാനിപ്പിക്കുക. അവനെ സ്നേഹപൂർവ്വം സമീപിച്ച് ഉപദേശിക്കുക. കുട്ടികളോട് പറഞ്ഞ് മനസ്സിലാക്കുകയും അവർക്ക് അതെപ്പറ്റി പറയാനുള്ളത് കേൾക്കുകയും ആകാവുന്ന പരിഹാരം ചെയ്തു കൊടുക്കുകയും ചെയ്തശേഷം പിന്നേയും തെറ്റ് ആവർത്തിച്ചാൽ അടിക്കാം. അച്ഛൻ കുട്ടിയെ അടിക്കുമ്പോൾ അമ്മ കുട്ടിക്ക് വേണ്ടി വക്കാലത്ത് പിടിക്കുന്നത് ദൂഷ്യഫലമുളവാക്കും.

കുട്ടിയെ വളർത്തുന്ന ഒരു നല്ല അച്ഛനും അമ്മയും ആകാൻ എന്തു വേണമെന്നുകൂടി അവസാനമായി സൂചിപ്പിക്കട്ടെ.

3. അച്ഛനമ്മമാർ തമ്മിൽ വഴക്കിടാതെ സ്നേഹമയവും ശാന്തമയവുമായ ഒരു ഗൃഹാന്തരീക്ഷം നിലനിറുത്തുക. മാതാപിതാക്കൾ തമ്മിലുള്ള ഹൃദ്യമായബന്ധം കുട്ടി നന്നായി പഠിക്കാൻ എത്രയും ആവശ്യമാണ്.

4. അച്ഛൻ അമ്മയെ വേണ്ടിടത്തൊക്കെ താങ്ങിനിർത്തുകയും അമ്മ യുടെ സ്ഥാനം കൂടുതൽ സുദൃഢമാക്കുകയും വേണം. മാതാപിതാ ക്കൾ ഒറ്റക്കെട്ടായി നിന്നാൽ മാത്രമെ കുട്ടികൾ രണ്ടുപേരെയും ബഹുമാനിക്കൂ. അച്ഛനമ്മമാർ തമ്മിൽ യോജിപ്പില്ലാത്തിടത്ത് രാഷ്ട്രീയത്തിലെന്നതുപോലെ ഗ്രൂപ്പുകളും ക്ലിക്കുകളും ഉടലെടുക്കും. അച്ഛനും മക്കളും ഒരു ഭാഗം അമ്മ മാത്രം വേറൊരു ഭാഗം. അല്ലെങ്കിൽ അമ്മയും മക്കളും ഒറ്റക്കെട്ട് പിതാവ് തനിയെ. ഇതെല്ലാം തകരാറു സൃഷ്ടിക്കും. അത് പരീക്ഷാഫലത്തെയും ബാധിക്കും.
5. വീട്ടിൽ ചില്ലറ കലഹങ്ങളുണ്ടാകുമ്പോൾ പിതാവ് വിവേകിയായ മദ്ധ്യസ്ഥനായി വഴക്ക് പറഞ്ഞ് തീർക്കണം.
6. ഗൃഹാന്തരീക്ഷം പ്രക്ഷുബ്ധമായെന്ന് വരാം. അപ്പോഴെല്ലാം ചില്ലറ ഫലിതം പ്രയോഗിച്ച് അന്തരീക്ഷത്തിന്റെ ഘനവും ചൂടും വീറും കുറയ്ക്കാം.
7. മാതാപിതാക്കൾ കുട്ടികളെ ശിക്ഷിക്കാൻ മാത്രം മനസ്സു വയ്ക്കാതെ സ്വയം നന്നാവാനും ശ്രമിക്കണം. ചെയ്യുന്ന ജോലിയിൽ ആത്മാർത്ഥത കാണിക്കുക. ജീവിതത്തിൽ കഴിയുന്നത്ര സത്യസന്ധത പുലർത്തുക, മനസ്സിൽ നിന്ന് കാപട്യം പാടെ കഴുകിക്കളയുക, ഇതെല്ലാം കുട്ടികളിൽ നല്ല ഫലം ഉള്ളവാക്കും. എല്ലാവർക്കും പണവും പ്രതാപവും ഉള്ള എല്ലാം തികഞ്ഞ അച്ഛനമ്മമാരാകാൻ കഴിഞ്ഞെന്ന് വരില്ല. പക്ഷേ വിവേകമുള്ള മനുഷ്യരാവാൻ കഴിയും. മനു ഷ്യനാവുക എന്നുള്ളത് തന്നെയാണ് മനുഷ്യനെ സംബ ന്ധിച്ചിടത്തോളം ഏറ്റവും പ്രയാസകരം. മനുഷ്യനാവുക ഏറ്റവും പ്രയാസകരമായ വിചാരവിപ്ലവം. ഇത് സാധിച്ചാൽ മക്കളും നല്ല മനുഷ്യരാവും. അവർ പരീക്ഷയിലും ജീവിത ത്തിലെ അഗ്നിപരീക്ഷകളിലും വിജയിക്കും. കുട്ടികൾക്ക് പഠി ക്കാൻ പണം ചെലവാക്കിയതുകൊണ്ട് മാത്രമായില്ല. അവർക്ക് പഠിക്കാനുള്ള സ്വാതന്ത്ര്യവും സൗകര്യവും സ്വൈ രവും നാം കൊടുക്കണം.
8. മാതാപിതാക്കൾ സ്വപ്നം കാണുന്ന സംതൃപ്തജീവിതം

സ്വന്തം കുഞ്ഞുങ്ങളുടെ ജീവിതത്തിലൂടെയെങ്കിലും സാക്ഷാത്ക്കരിക്കുവാൻ അവർ മനസ്സുവെക്കണം.

9. കാലം മാറുന്നതിനുസരിച്ച് ജീവിതരീതിയിലും മാറ്റമുണ്ടാവും. ഈ മാറ്റം ഉൾക്കൊള്ളാനും കുട്ടികളോട് അതിനനുസരിച്ചുള്ള സമീപനം സ്വീകരിക്കാനും രക്ഷിതാക്കൾ മനസ്സുവെക്കണം.
10. കുട്ടികളെ വഴിതെറ്റിക്കുന്ന തരത്തിലുള്ള അമിതനിയന്ത്രണം ചെലുത്തരുത് മാതാപിതാക്കൾ. കുട്ടികളുടെ പെരുമാറ്റവൈകൃതങ്ങളെ നല്ല രീതിയിൽ കൈകാര്യം ചെയ്ത് അവനെ/അവളെ നന്നായി പെരുമാറാൻ പഠിപ്പിക്കണം.
11. പരീക്ഷയ്ക്ക് പഠിക്കുമ്പോൾ മാതാപിതാക്കൾ കുട്ടികൾക്ക് വേണ്ടത്ര പ്രോത്സാഹനം നല്കണം. കുട്ടികളുടെ കൊച്ചു കൊച്ചു നേട്ടത്തിലും വിജയത്തിലും മാതാപിതാക്കൾ സന്തോഷം പ്രകടിപ്പിക്കണം.
12. കുട്ടി പരീക്ഷക്ക് പഠിക്കുമ്പോൾ കുടുംബകലഹം ഒഴിവാക്കാൻ അച്ഛനമ്മമാർ മനസ്സുവെക്കണം. താഴെക്കിടയിൽ സമ്പത്തിനെ ചൊല്ലിയോ കുടിമൂലമോ ആവും കുടുംബകലഹം. ചാരായം കിട്ടാത്തഗ്രാമം ഇന്ന് നമ്മുടെ നാട്ടിലുണ്ടാവുമോ? സംശയമാണ്. എന്നല്ല മദ്യത്തിൽ മുങ്ങിയിട്ടാവും അത്താഴത്തിന് അരിയില്ലാത്ത വീട്ടിലേക്ക് കുടുംബനാഥൻ തൃസന്ധ്യയ്ക്ക് കയറി ചെല്ലുന്നത്. തൽസമയം നോക്കിയതിന്റെ പേരിൽ, കണ്ടതിന്റെ പേരിൽ അല്ലെങ്കിൽ എന്തിന്റെയെങ്കിലും പേരിൽ (ബോധക്കേടിന്റെ കാരണം കിട്ടാനാണോ പാട്) വാക്കേറ്റം, അടിപിടി, കത്തിക്കുത്ത്, നിലവിളി. ഇതിനിടയിൽ എങ്ങനെ പഠിക്കാനാവും. കണ്ണിൽ ചോരയില്ലാത്ത ഈ ക്രൂരത മാതാപിതാക്കൾ നിറുത്തിയേ പറ്റൂ.

ദയവായി പരീക്ഷാ സമയത്തെങ്കിലും നിഷ്കളങ്കരും നിസ്സഹായരും അരക്ഷിതരുമായ കുട്ടികളെ നിങ്ങളുടെ ബോധക്കേടിന്റെ പറുദ്ദീസയിലേക്ക് വലിച്ചിഴച്ച് അവരുടെ ഇളംമനസ്സ് ചുട്ടുപൊള്ളിക്കാതിരിക്കുക. അവരുടെ ജീവിതം മുളയിലേ നുള്ളിക്കളയാതിരിക്കുക. അവരെ ഭാവി തകർത്ത് തരിപ്പണമാക്കി കുഴികുത്തി മൂടാതിരിക്കുക.നിങ്ങളുടെ ബോധക്കേടിന്റെ തടവറയിൽനിന്ന് എങ്ങനെ എങ്കിലും രക്ഷ

പ്പെടാനുള്ള ഒരു വഴി വരാൻപോകുന്ന പരീക്ഷയിലൂടെ കണ്ടെത്തിക്കൊള്ളട്ടെ.
മേലെക്കിടയിലും കുടുംബം കുടുംബകലഹത്തിൽ നീറിപ്പുകയാം. ലൈംഗിക പ്രശ്നങ്ങളോ സൗന്ദര്യ പ്രശ്നങ്ങളോ, കുടുംബബന്ധങ്ങളെ ചൊല്ലിയുള്ള വാക്ക്തർക്കമോ സാമ്പത്തികപ്രശ്നമോ ഒക്കെ യാവാം കാരണം. കാരണം എന്തായാലും കലഹത്തിന്റെ ചൂളയിലിട്ട് കുട്ടികളെ വീർപ്പുമുട്ടിക്കാതിരിക്കുക, പരീക്ഷയ്ക്ക് പഠിക്കുന്ന ദിവസങ്ങളിലെങ്കിലും.

6

പരീക്ഷകൾ വിജയത്തിലേക്ക് കുതിക്കാനുള്ള സുവർണ്ണാവസരങ്ങളാണോ?

നമുക്ക് പന്തുകളിയിൽ എന്തെന്നില്ലാത്ത കമ്പമാണല്ലോ. ഈ അഗാധമായ താല്പര്യത്തിന്റെ ഉറവിടത്തെപ്പറ്റി ഞാൻ പല പ്പോഴും ആലോചിച്ചിട്ടുണ്ട്. ജീവിതവ്യാപാരവുമായി അതിന് കാണുന്ന സാദൃശ്യമാണ് നമ്മുടെ താല്പര്യത്തിന് നിദാനം.

പന്തുകളിയിൽ ഗോളടിക്കാൻ കിട്ടുന്ന അവസരങ്ങൾ പോലെ ഏത് ജീവിതത്തിലും ഉണ്ടാവും വിജയത്തിലേക്ക് കുതി ച്ചുപായാനുള്ള അപൂർവ്വാവസരം. എതിരാളികൾ സൃഷ്ടിക്കുന്ന തടസ്സങ്ങളെ ഒന്നൊന്നായി തട്ടിനീക്കിയും വെട്ടിച്ച് മുന്നേറിയും ആണ് ഗോളടിക്കാനുള്ള ഓരോ അവസരവും സൃഷ്ടിക്കുന്നത്. കളിക്കാരുടെ കൂട്ടായ കണക്ക് കൂട്ടിയുള്ള അദ്ധ്വാനഫലമാണ് ഈ ഓരോ അവസരവും എന്ന് കാണാം. ഈ അവസരങ്ങൾ ഓരോന്നും ഏറ്റവും ഫലപ്രദമായി മുതലെടുത്ത് ഗോളടിക്കുന്ന വർക്കാണ് മത്സരത്തിൽ വിജയം. പലപ്പോഴും വേണ്ടത്ര അവ സരങ്ങൾ കിട്ടിയിട്ടും ഗോളടിക്കാൻ കഴിയാത്ത ടീം തോല്ക്കു ന്നതും എണ്ണത്തിൽ കുറവാണെങ്കിലും കിട്ടിയ അവസരം നഷ്ട പ്പെടുത്താതെ ടീം വിജയിക്കുന്നതും മത്സരകളികളിലെ അനുഭ വമാണ്.

ജീവിതക്കളരിയിലും ഇത് സത്യമാണ്. കളിസ്ഥലത്തെ മത്സ രത്തിൽ ടീമുകളാണ് മത്സരിക്കുന്നത്. ഓരോ ടീമിനും ക്യാപ്റ്റനും

കളിക്കാരും കാണും. എന്നാൽ ജീവിതക്കളരിയിൽ നമ്മുടെ ജീവിതത്തിന്റെ കപ്പിത്താൻ നാം തന്നെയാണ്. പലപ്പോഴും ജീവിത മത്സരങ്ങളിൽ നാം ഒറ്റയ്ക്ക് പൊരുതേണ്ടതായും വരാം. അപ്പോൾ അനുകൂലമായ ഒരവസരത്തിനായി നാം തന്നെ അദ്ധ്വാനിക്കണം, തപസനുഷ്ഠിക്കണം. ഇങ്ങനെ കൈവരുന്ന, പൊടുന്നനെ പൊട്ടിവിടരുന്ന ഓരോ അവസരവും ആണ് ജീവിത വിജയത്തിന്റെ താക്കോൽ. ഈ താക്കോൽ തിരിച്ച് വിജയത്തിന്റെ മരതക ചെപ്പ് തുറക്കാൻ നമുക്ക് കഴിയുമോ എന്നതാണ് പ്രശ്നം. കഴിയാതെ വന്നാൽ അവസരം പാഴിൽ – അവസരത്തിനായി ചെലവഴിച്ച സമയവും പ്രയത്നവും വൃഥാവിൽ. ഒപ്പം ജീവിതം തോല്‌വിയുടെ തീവെയിലിൽ കരിയുന്നു. ജീവിതത്തിൽ നിരാശാഗ്നി കത്തിപ്പടരുന്നു. പഠിക്കാൻ കിട്ടുന്ന അപൂർവ്വാവസരം പാഴാക്കുന്ന വിദ്യാർത്ഥിയുടെ ജീവിതം തന്നെ ഉദാഹരണം.

ആകെയാൽ ജീവിതത്തിൽ കിട്ടുന്ന ഓരോ അവസരത്തെയും കൈ വരുന്ന ഓരോ അനുകൂലസന്ദർഭത്തേയും പരമാവധി തനിക്കും മറ്റുള്ളവർക്കും പ്രയോജനപ്രദമായ രീതിയിൽ രൂപാന്തരപ്പെടുത്താൻ എന്തു ത്യാഗത്തിനും തയ്യാറാവുക. ഇതിൽ നിന്നേ നേട്ടമുണ്ടാവൂ. ജീവിതം പച്ചപിടിക്കൂ. ഒരു ഉദാഹരണമിതാ.

കാൽനൂറ്റാണ്ട് മുമ്പ് നടന്ന സംഭവമാണ്. ഞാൻ പാർത്തിരുന്ന കുഗ്രാമത്തിൽ ഒരു സന്ധ്യയ്ക്ക് നടന്ന കോൺഗ്രസ് കമ്യൂണിസ്റ്റ് സംഘട്ടനത്തിൽ ആറോ ഏഴോ പേർ കുത്തേറ്റ് മരിച്ചു കിടന്ന രാത്രിയാണ് എനിക്ക് എൻജിനീയറിംങ്ങ് കോളേജ് പ്രവേശനത്തിന് ഉള്ള ഇന്റർവ്യൂ അറിയിപ്പ് കവർ കിട്ടുന്നത്. അന്ന് കേരളത്തിൽ ഒരേ ഒരു എൻജിനീയറിങ് കോളേജേ ഉള്ളൂ എന്നോർക്കണം. സീറ്റ് എത്രയും പരിമിതം. പ്രവേശനം കിട്ടാൻ എത്രയും പ്രയാസം. ഇന്റർവ്യൂവിന് എത്തിച്ചേരണമെങ്കിൽ ആ രാത്രി തന്നെ യാത്ര ആരംഭിക്കണം. അല്ലെങ്കിൽ പ്രവേശനം കിട്ടുമോ എന്ന് പരീക്ഷിക്കാനുള്ള അവസരം പോലും എന്നന്നേക്കുമായി നഷ്ടപ്പെടും.

നാളെപ്പറ്റി ഒരിക്കലും ചിന്തിച്ചിട്ടില്ലാത്ത അച്ഛന്റെ കൈയിൽ ഒരൊറ്റകാശില്ല. കടം ചോദിക്കാൻ പുറത്തിറങ്ങാൻ ധൈര്യവു

മില്ല. എങ്ങും കൂരിരുട്ട്. രാഷ്ട്രീയസംഘട്ടനത്തെ തുടർന്നുള്ള ഭയവും ആശങ്കയും പരിഭ്രമവും. ഇനി എന്തു ചെയ്യും? ഒരിക്കലും മുഖം വാടിയിട്ടില്ലാത്ത അച്ഛന്റെ തളർന്ന കണ്ണുകളിൽ നിന്ന് ഒരു തുള്ളി കണ്ണീർ അടർന്നുവീഴുന്നതു കണ്ട് ഞാനും വിങ്ങിപ്പൊട്ടി. അത് കണ്ട് അമ്മയും പൊട്ടിക്കരഞ്ഞു.

ഉടൻ അച്ഛൻ എന്തോ വെളിപാട് ഉണ്ടായതുപോലെ പിടഞ്ഞെഴുന്നേറ്റു. ഷർട്ടും മുണ്ടും പൊതിഞ്ഞെടുത്തു. വീട്ടിലാകെ ഉണ്ടായിരുന്ന കഷ്ടിച്ച് അരചാക്ക് മുണ്ടകൻവിത്ത് എന്റെ തലയിൽ ഏറ്റിത്തന്നു. വരുന്നതുവരട്ടെ എന്നുപറഞ്ഞ് അച്ഛൻ കൂരാകൂരിരുട്ടിലൂടെ കുതിച്ചു. പിമ്പെ തലയിൽ ചാക്കുമായി ഞാനും. ഇരുട്ടിൽ കരിങ്കല്ലിൽ കാലുതല്ലി ചോര ചിന്തുന്നതും തലചുട്ടു കഴുത്ത്വളഞ്ഞ് ദേഹമാകെ വിയർത്ത് തളരുന്നതും ആ മരണപ്പാച്ചിലിൽ ഞാനറിഞ്ഞതേയില്ല. എന്റെ തല ചുട്ടുപൊള്ളുമ്പോൾ അച്ഛൻ; അച്ഛൻ വാടിവീഴുമെന്നാവുമ്പോൾ ഞാൻ; അങ്ങനെ ഭാരച്ചാക്ക് മാറി മാറി ഏറ്റ്. ഒരു കണക്കിന് അഞ്ചു മൈൽ അകലെയെത്തിയപ്പോൾ തെക്കോട്ട് കുറച്ചകലെ ഉള്ള കൊച്ചുതീവണ്ടി ആപ്പീസിൽ വണ്ടിക്ക് പച്ചക്കൊടി കാണിക്കുന്നു. വണ്ടി ഇളകുന്നു. ഒരു സെക്കന്റ് പോലും അച്ഛൻ ആലോചിച്ചില്ല. മുമ്പിൽ കണ്ട ഒരു തീവണ്ടി മുറിയിൽ പാഞ്ഞു കയറി. അഞ്ച് മണിക്കൂർ യാത്രക്കുശേഷം ഒരു നഗരത്തിലെ സ്റ്റേഷനിൽ ഇറങ്ങി. ഒരു പോർട്ടർ മുഖാന്തിരം വിത്ത് വിറ്റു കിട്ടിയ തുച്ഛമായ സംഖ്യ കൊണ്ട് പതിനെട്ട് മണിക്കൂർ തീവണ്ടിയാത്ര നടത്തി തിരുവനന്തപുരത്ത് ഇന്റർവ്യൂവിന് ഹാജരാകാൻ കഴിഞ്ഞിരുന്നിലെങ്കിൽ അന്നേ ഒരു നരകക്കുണ്ടിൽ അകപ്പെട്ട് പോയിരുന്ന എന്റെ കുടുംബം എന്നേ മണ്ണടിയുമായിരുന്നു.

അതവിടെ നില്ക്കട്ടെ. അവസരം സുവർണ്ണാവസരമാക്കി മാറ്റുന്നതിന് പലപ്പോഴും സാഹസിക യത്നം അത്യാവശ്യമായി വരാം എന്നാണ് പറഞ്ഞുവരുന്നത്. അവസരങ്ങൾ നഷ്ടപ്പെടുത്താതിരിക്കാൻ മാത്രമല്ല സാഹസികത അത്യാവശ്യമായിട്ടുള്ളത്. വിജയകരമായ ജീവിതം തന്നെ ഒരു സാഹസികപരീക്ഷണമാണ്. ആ പരീക്ഷണത്തിലെ ഓരോ നിർണ്ണായക നിമിഷങ്ങളിലും നാം വൻതോതിൽ ചിന്തിക്കുകയും പ്രവർത്തിക്കുകയും വേണം. എങ്കിലേ നമ്മുടെ കർമ്മത്തിന് പരമാവധി പൂർണ്ണതയും

പണിക്കുറവും കൈവരു. പ്രവൃത്തിയിലുള്ള പരിപൂർണ്ണമായ ആത്മാർത്ഥതയും സമർപ്പണവും സാഹസികതയും ആണ് അവസരങ്ങളെ മുതൽക്കൂട്ടുകളാക്കുന്നത്.

ഈ ലേഖനം വായിക്കുന്നതു തന്നെ ഒരുദാഹരണമായെടുക്കാം. ഇതിലെ വാക്കുകൾ ഓരോന്നായി ചുമ്മാ വായിച്ചു തള്ളുകയാണെങ്കിൽ നിങ്ങൾക്ക് സമയനഷ്ടം മാത്രം ഫലം. ഇതിലെ ആശയം ഉൾക്കൊള്ളാനായിട്ടും അത് ജീവിതത്തിൽ ഉടൻ പ്രയോഗിക്കുവാനാവുന്നില്ലെങ്കിൽ വായിക്കാൻ കിട്ടിയ ഈ അവസരം നഷ്ടപ്പെടുന്നതിന് തുല്യമാകുന്നു. എന്നാൽ ഇതിലെ ആശയധാര നിങ്ങളുടെ ജീവിതധാരയുടെ അവിഭാജ്യ ഘടകമായി മാറുന്നുവെങ്കിൽ ആശയം ജീവിതത്തിൽ പ്രയോഗിക്കാൻ കഴിയുന്നുവെങ്കിൽ വായിക്കാൻ കിട്ടിയ ഈ അവസരം ജീവിതത്തിനു തന്നെ ഒരു മുതൽക്കൂട്ടായി മാറുന്നു.

ആകയാൽ ഈ നിമിഷം മുതൽ പരീക്ഷകളാകുന്ന സുവർണ്ണാവസരങ്ങളെ ജീവിതത്തിന്റെ മുതൽക്കൂട്ടായി മാറ്റാൻ പ്രയത്നിക്കുക.

7

പരീക്ഷയിൽ പ്രശസ്തവിജയം നേടാൻ എങ്ങനെ പഠിക്കണം

(ഈ ചോദ്യത്തിന് മറുപടിയായി ഗ്രന്ഥകർത്താവ് ബുദ്ധിമാൻമാരുമായി നടത്തിയ അഭിമുഖ സംഭാഷണത്തിൽ നിന്ന് ചില ഭാഗങ്ങൾ താഴെ ചേർക്കുന്നു.)

1. **മെഡിക്കൽ എൻട്രൻസിൽ പ്രശസ്തവിജയം നേടിയ കുട്ടി**

   മനസ്സിലാക്കി പഠിച്ചു. അപ്പോൾ പഠിച്ചത് വേണ്ട നേരത്ത് പ്രയോജനപ്പെട്ടു.

2. **ഒരു ഐ എ എസ് ഓഫീസർ**

   അന്നത്തെ പാഠങ്ങൾ അന്നന്നു പഠിക്കും. മടുപ്പുതോന്നിയാലും എല്ലാം മുഴുവനായി പഠിക്കും. ഉറക്കെ വായിച്ച് പഠിക്കും. വായിക്കുന്നത് ഒന്ന് എഴുതിനോക്കും. പാഠപുസ്തകത്തെ ആസ്പദമാക്കിയാണ് പഠിക്കുക. പാഠങ്ങൾ നാല് പ്രാവശ്യമെങ്കിലും ആവർത്തിച്ച് പഠിക്കും. എല്ലാ ചോദ്യോത്തരവും പഠിക്കും. Essays തയ്യാറാക്കി കുറുപ്പടിപോലെ കടലാസിൽ കൊച്ചുകൊച്ചക്ഷരങ്ങളിൽ എഴുതി സൂക്ഷിക്കും. ഇന്റർമീഡിയറ്റിന് (ഇപ്പോഴത്തെ പ്രീഡിഗ്രി) പഠിക്കുമ്പോൾ പ്രതിദിനം ആറ് മണിക്കൂർ പഠിക്കും. പുലർച്ചെ അഞ്ച് മണിക്ക് പഠിപ്പ് തുടങ്ങും. ആറ് മുതൽ ഏഴ് മണിവരെ പത്രം വായനയും കാപ്പികുടിയും മറ്റും.

3. മറ്റൊരു ഐ എ എസ് ഓഫീസർ

ആദ്യം വായിക്കും. പിന്നെ എഴുതി നോക്കും. എന്നിട്ട് പഠിപ്പ് പൂർ ത്തിയായില്ലെങ്കിൽ വീണ്ടും എഴുതിപ്പഠിക്കും. പരീക്ഷയെ മുൻനിറുത്തിയാണ് പഠിപ്പ്. ഇന്നസമയത്ത് പഠിക്കുക എന്നൊന്നും ഇല്ല. വായിക്കാൻ തോന്നുമ്പോൾ വായിക്കും. ഉറങ്ങാൻ തോന്നുമ്പോൾ ഉറങ്ങും അത്രതന്നെ.

4. ഐ ഐ ടി – ഐ ഐ എം പ്രവേശനം നേടിയ യുവാവ്

അറിയുക മാത്രമല്ല, അറിഞ്ഞത് യുക്തിയുക്തമായി പ്രയോഗിക്കാനുള്ള ചിന്താതന്ത്രം ശീലമാക്കി.

5. ഒരു ഡോക്ടർ

നാമജപം പോലെ പഠിക്കാനുള്ളത് പലപ്പോഴും ഉരുവിടും – ഓർത്ത് നോക്കും. ഫോർമുലകൾ എഴുതി മുമ്പിൽവെക്കും. മുൻവർഷങ്ങളിലെ ചോദ്യക്കടലാസുകൾ ചെയ്തുനോക്കും.

6. ഒരു പ്രൊഫസർ

വർത്തമാനപ്പത്രങ്ങളും മറ്റ് ആനുകാലിക പ്രസിദ്ധീകരണങ്ങളും വായിച്ചിരുന്നു. ധാരാളം പുസ്തകങ്ങളും വായിക്കും. ഇതെല്ലാം പഠിപ്പിൽ അഗാധമായ താല്പര്യം ജനിപ്പിച്ചു. പിതാവുമായി ക്വിസ് നടത്തും. വായിക്കുമ്പോൾ പ്രധാനപ്പെട്ട സംഗതികളെപ്പറ്റി കുറിപ്പ് തയ്യാറാക്കും. ഈ കുറിപ്പുകൾക്ക് ആവുന്നത്ര പരിപൂർണത നൽകുന്നതിനായി മറ്റ് പുസ്തകങ്ങൾ വായിച്ച് കുറെക്കൂടി വിശദാംശങ്ങൾ എഴുതിചേർക്കും. ധാരാളം ഉദ്ധരണികൾ ഹൃദിസ്ഥമാക്കും. പിതാവ് പഠിക്കാൻ നിർബ്ബന്ധിച്ചിരുന്നില്ല.

7. മറ്റൊരു പ്രൊഫസർ

നിത്യവും പഠിക്കാനുള്ളത് പഠിക്കും. ആത്മവിശ്വാസത്തോടെ മേൽ ക്കുമേൽ പഠിത്തത്തിൽ ശ്രദ്ധ കേന്ദ്രീകരിച്ചു. ക്ലാസിൽ ഏറ്റവും മിടുക്കനാണെന്ന ബോധം ജനിച്ചു. എന്തും എനിക്ക് എളുപ്പം തീരുമാനിക്കാൻ കഴിഞ്ഞു. അപ്പോൾ സമയലാഭമുണ്ടാകുമല്ലോ. രാത്രി എട്ടരക്കുശേഷം

എനിക്ക് നന്നായി പഠിക്കാൻ കഴിഞ്ഞിരുന്നു. അതുകൊണ്ട് എട്ടരവരെ കൂട്ടുകാരുമായി കൂട്ടുകൂടി നടന്നോ മറ്റോ ഉണ്ടാവുന്ന സമയനഷ്ടം നികത്താൻ എനിക്ക് കഴിഞ്ഞിരുന്നു. പാഠപുസ്തകങ്ങൾക്ക് പുറമെ ധാരാളം പുസ്തകങ്ങൾ വായിച്ചിരുന്നു. വായിക്കുമ്പോൾ ധാരാളം കുറിപ്പുകൾ തയ്യാറാക്കിവെക്കും. നല്ല ഓർമ്മശക്തി ഉണ്ടായിരുന്നതിനാൽ അവയൊക്കെയും ഓർത്തിരിക്കാനും വേണ്ടത് വേണ്ടയിടത്ത് എഴുതി ഫലിപ്പിക്കാനും കഴിഞ്ഞിരുന്നു. തരം കിട്ടുമ്പോഴൊക്കെ പത്രങ്ങൾ വായിച്ച് അവയിൽനിന്ന് വേണ്ടവിവരങ്ങൾ ശേഖരിച്ചിരുന്നു. പ്രതിദിനം ശരാശരി അഞ്ചോ ആറോ മണിക്കൂർ പഠിക്കും. അതിരാവിലെ എഴുന്നേറ്റ് വായിക്കും. വായിച്ചവയെപ്പറ്റി പിന്നെയും ചിന്തിക്കും. പരീക്ഷയ്ക്ക് വരാവുന്ന ചോദ്യങ്ങൾ സ്വയം തയ്യാറാക്കും. അവയ്ക്ക് ഉത്തരം കണ്ടുപിടിക്കും.

8. എസ് എസ് എൽ സി ക്ക് ഒന്നാം റാങ്ക് കിട്ടിയ കുട്ടി

കേവലം പാഠപുസ്തകങ്ങൾ മാത്രമല്ല പഠിപ്പിന് ആസ്പദം. മറ്റ് മാർഗ്ഗങ്ങളിലൂടെ കഴിയുന്നത്ര പൊതുവിജ്ഞാനം കൂടി നേടിയിരുന്നു. വാശിയോടെ പഠിച്ചു. ക്ലാസിൽ വെച്ചു തന്നെ ശ്രദ്ധിച്ച് പഠിച്ചു. അന്നന്നത്തെ ഹോംവർക്ക് അന്നന്ന് തന്നെ ചെയ്തുതീർത്തു. അന്നത്തെ പാഠങ്ങളും അന്നന്നു തന്നെ പഠിച്ചു. എന്നെ സംബന്ധിച്ചിടത്തോളം പഠനം ആത്മസംതൃപ്തിക്കുള്ള ഒരുപാധിയാണ്. ശൂന്യമായ മനസ്സിൽ ഉപകാരപ്രദമായ എന്തെങ്കിലും ഉൾക്കൊള്ളുന്നതിനുള്ള ഉൽക്കടമായ അഭിനിവേശമാണ് പഠനം. പിന്നെ, പരീക്ഷ വിദ്യാർത്ഥികളുടെയെല്ലാംകൂടിയുള്ള പ്രശ്നമല്ലേ? തികഞ്ഞ ആത്മവിശ്വാസമാണ് എന്റെ വിജയരഹസ്യം.

ക്ലാസിൽ പഠിക്കുമ്പോൾ ഏകാഗ്രതയോടിരുന്ന് പഠിപ്പിക്കുന്നതു മുഴുവനും ശ്രദ്ധിക്കുമായിരുന്നു.

9. ബി എക്ക് റാങ്ക് നേടിയ ഒരു പെൺകുട്ടി

പഠനത്തിന് പ്രത്യേക പദ്ധതികളൊന്നും ഈ കുട്ടി തയ്യാറാക്കിയിരുന്നില്ല. പഠിക്കാൻ ഉണർവ്വു തോന്നുന്ന സമയങ്ങ

ളിലെല്ലാം ശ്രദ്ധയോടെ പഠിക്കും. പഠിക്കുമ്പോൾ പ്രധാനപ്പെട്ടതെന്നു തോന്നുന്ന ഭാഗങ്ങൾ കുറിച്ചുവയ്ക്കുകയും അവ മനഃപാഠമാക്കുകയും പതിവാണ്. പരീക്ഷയ്ക്ക് പോകുന്നതിനു മുൻപായി ഈ കുറിപ്പുകൾ വായിച്ച് ഓർമ്മ പുതുക്കുകയും ചെയ്യും. ഉറക്കമിളച്ചിരുന്നു പഠിക്കുന്ന സ്വഭാവം ഈ കുട്ടിക്കില്ല. രാത്രി നേരത്തെ കിടന്നുറങ്ങാനും, വെളുപ്പാൻകാലത്തെഴുന്നേറ്റു പഠിക്കുവാനുമാണ് താല്പര്യം. ബ്രാഹ്മമുഹൂർത്തത്തിൽ പഠിക്കുന്ന കാര്യങ്ങൾ പെട്ടെന്ന് ഹൃദിസ്ഥമാകുമെന്നാണ് ഈ കുട്ടി വിശ്വസിക്കുന്നത്.

അന്നന്നു പഠിപ്പിക്കുന്ന വിഷയങ്ങൾ അന്നന്നുതന്നെ പഠിച്ചുതീർ ക്കാൻ ശ്രമിച്ചിട്ടില്ലെങ്കിലും, പരീക്ഷയ്ക്കു പോകുമ്പോൾ സിലബസിൻ പ്രകാരമുള്ള പാഠ്യഭാഗങ്ങൾ മുഴുവനും പഠിച്ചുകൊണ്ടുപോകുമായിരുന്നു. സെലക്റ്റ് ചെയ്തു പഠിക്കുന്ന രീതി അപകടകരമാണെന്നാണ് ഈ കുട്ടിയുടെ അഭിപ്രായം. വിദ്യാഭ്യാസകാലത്ത് ശ്രദ്ധ മുഴുവനും പഠിത്തത്തിൽ കേന്ദ്രീകരിക്കണം എന്ന അഭിപ്രായക്കാരിയല്ല ഈ കുട്ടി. പഠിത്തത്തിനിടയിൽ കഥ, കവിതകൾ എന്നിവയുടെ രചനയ്ക്കായി ഈ കുട്ടി സമയം കണ്ടെത്തുന്നു. താനെഴുതിയ കവിതകൾ സ്വന്തമായി ട്യൂൺ ചെയ്ത് പാടുകയും ചെയ്യാറുണ്ട്. ഇത്തരം പാഠ്യേതര പ്രവർത്തനങ്ങൾ മനസ്സിന് ഉണർവ്വും, ഉൻമേഷവും പകരും എന്നാണ് ഈ കുട്ടിയുടെ അഭിപ്രായം.

10. റാങ്ക് നേടിയ മറ്റൊരു കുട്ടി

ക്ലാസിൽ പഠിപ്പിക്കുമ്പോൾ നല്ലവണ്ണം ശ്രദ്ധിച്ചിരിക്കുകയും, അന്നന്നു പഠിപ്പിക്കുന്ന വിഷയങ്ങൾ അന്നന്നു പഠിച്ചു തീർക്കുകയും ചെയ്യുന്ന ഒരു പഠനരീതിയാണ് ഞാൻ സ്വീകരിച്ചിരുന്നത്. അതുകൊണ്ട് പരീക്ഷ എനിക്കൊരു പ്രശ്നമായിരുന്നില്ല. ദിവസത്തിൽ വെറും 4 മണിക്കൂറുകൾ മാത്രമാണ് ഞാൻ പഠിക്കുവാൻ ചെലവഴിച്ചിരുന്നത്. കുത്തിയിരുന്ന് പഠിക്കേണ്ട; പകരം പഠിക്കുന്ന സമയത്ത് നല്ല ഏകാഗ്രതയുണ്ടായിരുന്നാൽ മതി.

“എം എ ക്കു ചേർന്നതോടെ പഠനക്രമത്തിൽ മാറ്റം വരു

ത്തേണ്ടിവന്നിട്ടുണ്ട്. നീണ്ട essay തനിയെ തയ്യാറാക്കി പഠിക്കേണ്ടതുകൊണ്ട് up to date ആകാൻ കഴിയാറില്ല. ഓരോ essay യും പഠിക്കുമ്പോൾ അതിന്റെ ഉള്ളടക്കത്തെക്കുറിച്ച് കുറിപ്പുകൾ തയ്യാറാക്കി വയ്ക്കാറുണ്ട്. അവ മന:പാഠമാക്കിയാൽ പരീക്ഷാഹാളിൽ ഇരിക്കുമ്പോൾ ആശയദാരിദ്ര്യം നമ്മെ അപകടപ്പെടുത്തുകയില്ല."

11. റാങ്ക് നേടിയ മറ്റൊരു വിദ്യാർത്ഥി

"ഞാൻ വർഷാരംഭം മുതൽ തല പുകഞ്ഞിരുന്ന് പഠിക്കുമായിരുന്നില്ല. എങ്കിലും പരീക്ഷയ്ക്കു മൂന്നു മാസങ്ങൾക്കു മുൻപ് കൃത്യനിഷ്ഠയോടുകൂടിയ പഠനത്തിന് തയ്യാറാകും. ഓരോ വിഷയങ്ങൾക്കും ടൈംടേബിൾ ഉണ്ടാക്കി, ബുദ്ധിപൂർവ്വം സമയം ക്രമീകരിക്കും. ആർട്ട് വിഷയങ്ങൾ പഠിക്കുന്നവരുടെ കാര്യത്തിൽ സ്റ്റഡീലീവിനുള്ള പഠിത്തം വളരെ പ്രാധാന്യമർഹിക്കുന്നു.

സയൻസ് വിഷയങ്ങൾ വെറുതെ വായിച്ചുപഠിക്കുന്നതിനേക്കാൾ എഴുതിപ്പഠിക്കുന്നതാണ് ഉത്തമം. ഇങ്ങനെയൊരു പഠനക്രമം സ്വീകരിച്ചിരുന്നതുകൊണ്ട് പരീക്ഷ ഒരു പേടിസ്വപ്നമോ, അസ്വസ്ഥതയോ ആവില്ല.

ക്ലാസിൽ പഠിപ്പിക്കുന്നത് ശ്രദ്ധിക്കുമെന്നല്ലാതെ up to date ആയി പഠിച്ചിരുന്നില്ല. സ്റ്റഡീലീവിന് വളരെ ചിട്ടയോടുകൂടിയ പഠനക്രമം സ്വീകരിച്ചതാണ് എന്റെ വിജയത്തിന് കാരണം.

റിവിഷൻ ഹോളിഡേസിനു മാത്രം പഠിച്ച് പരീക്ഷയെഴുതുമ്പോൾ വളരെ ശ്രദ്ധിക്കണം. നിശ്ചിതസമയത്തെ ഓരോ വിഷയങ്ങൾക്കായി ഭാഗിച്ചു ഓരോ ദിവസത്തെയും ടൈംടേബിൾ ഉണ്ടാക്കണം. അഥവാ അതിനൊരു മാറ്റം വരുത്തേണ്ടി വന്നാലും ബാക്കിയുള്ള സമയം ക്രമീകരിച്ച് സമയനഷ്ടം പരിഹരിക്കണം. പഠിക്കുമ്പോൾ പ്രധാനപ്പെട്ടതെന്നു തോന്നുന്ന ആശയങ്ങൾ കുറിച്ചുവയ്ക്കുകയും മനഃപാഠമാക്കുകയും വേണം. രാത്രി ഉറങ്ങുന്നതിനുമുൻപും, പിറ്റേ ദിവസം രാവിലെയും ഈ പോയിന്റ്സ് ഉരുവിട്ടു നോക്കി ഓർമ്മ പുതുക്കുന്നതും അഭിലഷണീയമാണ്.

8

നന്നായി പഠിക്കാനുള്ള പ്രായോഗിക നിർദ്ദേശങ്ങൾ

1. എന്തെങ്കിലും ശാരീരിക തകരാറ് (തലവേദന, കണ്ണുവേദന) ഉണ്ടെങ്കിൽ പരിഹരിക്കുക.
2. ഇഷ്ടപ്പെട്ട സ്ഥലത്തിരുന്ന് പഠിക്കുക.
3. പഠിത്തത്തെ തടസ്സപ്പെടുത്തുന്ന ഉപകരണ, സാധന സാമഗ്രികൾ നീക്കം ചെയ്യുക.
4. പഠിപ്പ് പ്ലാൻ ചെയ്യുക.
5. പരീക്ഷയുടെ തൊട്ടുമുമ്പുള്ള ദിവസങ്ങളിൽ ഉറക്കമിളച്ചിരുന്ന് പഠിച്ച് അസുഖം വരുത്തിവെക്കാതിരിക്കുക.
6. അർത്ഥം മനസ്സിലാക്കി പഠിക്കുക.
7. ആശയങ്ങളുടെ കുറിപ്പ് തയ്യാറാക്കുക.
8. പരീക്ഷക്ക് വരാവുന്ന ചോദ്യങ്ങൾ എഴുതി പഠിക്കുക. ചെറു ഖണ്ഡികകളിൽ ഉത്തരങ്ങൾ തയ്യാറാക്കി വയ്ക്കുക.
9. വിട്ടുവിട്ടു പഠിക്കാതിരിക്കുക.
10. വിഷയാരംഭം മുതൽ ക്രമമായി പൂർണ്ണമായി പഠിക്കുക.
11. പഠിക്കുമ്പോൾ കിട്ടാത്ത വാക്കുകളുടെ സ്പെല്ലിങ്ങ്കൂടി പഠിക്കുക. മലയാളത്തിനും ഇത് ബാധകമാണ്.
12. പഠിക്കുമ്പോൾ തന്നെ ചിത്രങ്ങൾ കൂടി വരച്ചുപഠിക്കുക.
13. പരീക്ഷയ്ക്ക് വരാവുന്ന ചോദ്യങ്ങൾക്ക് പരമാവധി ഗ്രന്ഥ

ങ്ങളെ ആസ്പദമാക്കി ആവുന്നത്ര പൂർണ്ണമായ ഉത്തരം തയ്യാറാക്കുക.

14. പഠിക്കുമ്പോൾ ഉൽസാഹവും ധൈര്യവും ആത്മവിശ്വാസവും കൈ വെടിയാതിരിക്കുക.
15. പരീക്ഷയെ വൃഥാ ഭയപ്പെടാതിരിക്കുക.

9

ദാരിദ്ര്യം പഠിപ്പിനെ തളർത്തുകയില്ലേ? ദാരിദ്ര്യംമൂലം പണിയെടുക്കേണ്ടിവരുന്ന കുട്ടികൾക്ക് എങ്ങനെ പരീക്ഷയ്ക്ക് പഠിക്കാൻ സമയം കിട്ടും? ഇതിന് എന്തെങ്കിലും കുറുക്കുവഴി നിർദ്ദേശിക്കാമോ?

ദാരിദ്ര്യം പഠിപ്പിനെ തളർത്താം – പക്ഷേ, ആ തളർച്ചയെ നേരിട്ടും പഠിപ്പിലും പരീക്ഷയിലും മുന്നേറിയവർ ഉണ്ട്. ദാരിദ്ര്യം അനുഭവിക്കുവാൻ വിധിക്കപ്പെട്ടവർ തീർച്ചയായും ഏറെ വിയർപ്പൊഴുക്കേണ്ടിവരും. ദാരിദ്ര്യം ഉയർത്തുന്ന വെല്ലുവിളിയെ അവർ ധീരമായി നേരിടണം. അവർക്ക് സുഖം കുറയും. കളിക്കാനും ചിരിക്കാനും നേരം കിട്ടുകയില്ല. എന്നിരുന്നാലും അവർ പഠിപ്പിനും പരീക്ഷയ്ക്കും വേണ്ടി ഒഴുക്കുന്ന വിയർപ്പ് അവരുടെ ജീവിതത്തെ ഉയർത്തും. അവർക്ക് കഷ്ടപ്പാടിൽ നിന്നും കരകയറുവാൻ കഴിയും. അവർക്ക് മാത്രമല്ല, അവരുടെ കുഞ്ഞുങ്ങൾക്കും അവർ ഒഴുക്കുന്ന വിയർപ്പ് മോക്ഷം നല്കും. അവരുടേതിനെക്കാൾ മെച്ചപ്പെട്ട ഒരു ജീവിതം അവരുടെ കുഞ്ഞുങ്ങൾക്ക് കൈവരും.

സമ്പന്നകുടുംബങ്ങളിലെ കുട്ടികളെക്കാൾ എത്രയോ തുച്ഛമായ സമയമേ വീട്ടിൽ പണിയെടുക്കേണ്ടിവരുന്നവർക്ക് കിട്ടു. എന്നിരുന്നാലും അവർക്കും പഠിക്കാൻ ഒരു കുറുക്കുവഴി സ്വന്തം അനുഭവത്തിൽ നിന്നും നിർദ്ദേശിക്കാൻ കഴിയും.

പണിയെടുക്കുമ്പോഴും മനസ്സ് മുഴുവനും പഠിപ്പിൽതന്നെ മുഴുകട്ടെ. ശരീരം പണിയെടുക്കുമ്പോഴും മനസ്സുകൊണ്ട് പഠി

പ്പിലെ റിവിഷൻ നടത്താം. പാഠഭാഗങ്ങൾ എത്രത്തോളം പഠിച്ചു, ഇനി എത്രത്തോളം പഠിക്കാനുണ്ട്, പഠിച്ചതിൽ തന്നെ സംശയങ്ങൾ ഉണ്ടോ എന്നെല്ലാം ആത്മപരിശോധനയിലൂടെ മനസ്സിലാക്കാം. ജോലിയോടൊപ്പമുള്ള ഈ പഠനം ഒരു റിവിഷന്റെ (പുനഃപഠനത്തിന്റെ) യെങ്കിലും ഫലം ചെയ്യും.

10

സമ്പന്നരായ മാതാപിതാക്കൾ മക്കളെ അവർക്ക് ഒട്ടുമേ താല്പര്യമില്ലാത്ത കോഴ്സുകൾക്ക് പണം ചെലവാക്കി ചേർക്കുന്നതിന്റെ ഫലം എന്ത്? അത്തരം കുട്ടികൾ പരീക്ഷയിൽ വിജയിക്കുമോ?

താല്പര്യമില്ലാത്ത കോഴ്സുകളിൽ നിർബ്ബന്ധിച്ച് വിദ്യാർത്ഥികളെ ചേർത്താൽ പഠിപ്പ് മാറാത്ത തലവേദനയാവും. പാഠശാല അവർക്ക് നരകമാവും. അവർ പരീക്ഷയിൽ മുങ്ങിമരിക്കും. ഇതാ രാമകൃഷ്ണന്റെ കഥ തന്നെ കേൾക്കൂ.

എല്ലാം ഓരോരോ ഓർമ്മകൾ!

മുന്നൂറോളം കോളേജ് കുട്ടികൾ പാർത്തു പോന്ന ഹോസ്റ്റലിലെ വാർഡന്റെ സ്ഥാനം നന്നേ ചെറുപ്പത്തിലേ എനിക്ക് ഏറ്റെടുക്കേണ്ടി വന്നു. ഭാരിച്ച ആ ബാദ്ധ്യത അങ്ങേയറ്റം ആത്മാർത്ഥമായി നിറവേറ്റുവാൻ മനസ്സ് വച്ചതിനാൽ ഹോസ്റ്റലിൽ പലതരത്തിലുള്ള പെരുമാറ്റ രീതികൾ എനിക്ക് പരീക്ഷിക്കേണ്ടിവന്നു. മോൻ നന്നായി കാണണമെന്ന് മോഹിച്ച് പ്രയത്നിക്കുന്ന പിതാവിനെപ്പോലെയും, ശിക്ഷിക്കാനും രക്ഷിക്കാനും ശേഷിയുള്ള ഒരധികാരിയെപ്പോലെയും, എന്തും തുറന്നു പറയാവുന്ന ഒരു ആത്മാർത്ഥ സുഹൃത്തിനെപ്പോലെയും ഞാൻ പെരുമാറി നോക്കി. സുഹൃത്തിന്റെ റോളിലാണ് എനിക്ക് കൂടുതൽ ആശ്വാസം കിട്ടിയതും ഞാൻ കൂടുതൽ ശോഭിച്ചതും. അതുവഴി പല നിഷേധികളുടെയും വികൃതികളുടെയും യഥാർത്ഥത്തിലുള്ള ഉള്ളുകളികൾ ഉള്ളുകൊണ്ട് തൊട്ടുനോക്കുന്നതിനും എനിക്കവസരം കിട്ടി. ഇല്ലെങ്കിൽ രാമകൃഷ്ണനെ മനസ്സിലാക്കാൻ എനിക്ക്

കഴിയുമായിരുന്നില്ല.

കോളേജിലെത്തി ഒരുവർഷം പോലും തികയും മുമ്പെ രാമകൃഷ്ണൻ എല്ലാവരുടെയും നോട്ടപ്പുള്ളിയായി. അദ്ധ്യാപകർ അയാളെ വെറുത്തു. ലേഡി ലക്ചറർമാർക്ക് അയാൾ ഒരു പേടിസ്വപ്നമായി മാറി.

'ആനക്കുട്ടി' എന്ന് ശകാരപ്പേരുള്ള കുമാരി അന്നക്കുട്ടി എന്ന മാത്തമാറ്റിക്സ് ലക്ചറർ ഒരു ദിവസം ലക്ചറർഹാളിൽ ബോധം കെട്ട് വീണു. അവർ ക്ലാസിൽ കടന്ന് അറ്റൻഡൻസ് വിളിച്ചുകൊണ്ടിരിക്കുമ്പോൾ, കൃത്യമായി പറഞ്ഞാൽ രാമകൃഷ്ണന്റെ നമ്പർ വിളിച്ച സമയത്ത്, മേശക്കുള്ളിൽ നിന്നുകേട്ട പൊട്ടിത്തെറിയാണ് കാരണം.

കത്തിച്ച് മേശക്കുള്ളിൽ ഒളിച്ചുവെച്ചിരുന്ന ഒരു പടക്കം പൊട്ടിയതായിരുന്നു ആ പൊട്ടിത്തെറി. വേണ്ട നേരത്ത് വേണ്ടിടത്ത് ആരുമറിയാതെ ആരെയും പരിഭ്രമിപ്പിക്കുന്ന പൊട്ടിത്തെറി ഉണ്ടാക്കാനുള്ള സൂത്രപ്പണി വികസിപ്പിച്ചെടുത്തത് രാമകൃഷ്ണനായിരുന്നു. ഹോസ്റ്റലിലും ആളുകളെ പരിഭ്രമിപ്പിച്ച് രസിക്കുന്നതിന് അയാൾ ഒരു കെണിവച്ചു.

ഒരു ദിവസം മിനുമിനെ നേരം വെളുക്കുമ്പോൾ ഹോസ്റ്റലിലെ കുളിമുറിയിൽ നിന്ന് 'അയ്യോ! അയ്യോ!' എന്നൊരു നിലവിളി. ഞാൻ ഞെട്ടിപ്പിടഞ്ഞ് പാഞ്ഞ് ചെല്ലുമ്പോൾ കുളിമുറിയുടെ വാതിൽ പുറത്തുനിന്നും കുറ്റിയിട്ടിരിക്കുന്നു. പുറത്തുവരാൻ പറ്റാതെ അകത്തുനിന്ന് കുഴങ്ങുന്ന ആരോ ആണ് നിലവിളിക്കുന്നത്. ഞാൻ ആ കുട്ടിയെ മോചിപ്പിച്ചു. അതിരാവിലെ തന്നെ ഈ ക്രൂരവിനോദത്തിന് മുതിർന്ന ആൾ ആരായിരിക്കുമെന്ന് ഞാൻ ഊഹിച്ചു. ചെന്നു നോക്കിയപ്പോൾ ഊഹം ശരി – രാമകൃഷ്ണൻ ചുമ്മാ കണ്ണും ചിമ്മി ഉറക്കം നടിച്ച് കിടക്കുന്നു. ഞാൻ മുപ്പരെ കുലുക്കിവിളിച്ചു – "രാമകൃഷ്ണൻ വരൂ."

അയാൾ കൂടെ വന്ന് എല്ലാം തുറന്നുപറഞ്ഞു. അതിൽ നിന്ന് രാമകൃഷ്ണന്റെ തകരാറ് എന്താണെന്നും അതിനുത്തരവാദി ആരാണെന്നും എനിക്ക് മനസ്സിലായി.

രാമകൃഷ്ണൻ ബുദ്ധിമാനാണ്. പക്ഷേ, പഠിപ്പിൽ തീരെ താല്പര്യമില്ല. താല്പര്യം ഇലക്ട്രിക് വയറിങ്ങിലും റിപ്പയറിങ് പണികളിലും ഒക്കെയാണ്. ഹൈസ്കൂളിലായിരിക്കുമ്പോൾ

തന്നെ അയാൾ ഒരു വീടി ന്റെ വയറിങ് മുഴുവനും തനിയെ ചെയ്തുവത്രേ. ഈ കരവിരുതും ജന്മവാസനാവൈഭവവും കൊണ്ടുമാത്രം അയാൾ നല്ലൊരു ഇലക്ട്രീഷ്യനാവും. അതായിരുന്നു അയാളുടെ മോഹവും. പക്ഷേ, ഓഫീസറായ അച്ഛനും എൻജിനീയറായ ചേട്ടനും അതുപോരാ. അതുകൊണ്ട് അവർ അയാളെ കോളേജിൽ ചേർത്തു. നീന്തൽ പഠിക്കാൻ താല്പര്യം പോലുമില്ലാത്ത ഒരുവനെ നിലയില്ലാത്ത വെള്ളത്തിലേക്ക് തള്ളിയിടുന്നതുപോലെ ആയി ഇത്. നിലയില്ലാത്ത വെള്ളത്തിലല്ലേ നീന്തൽ പഠിക്കേണ്ടത് എന്ന ചോദ്യം ഉണ്ടാവാം. ഇതിനുത്തരം, നീന്തൽ പഠിക്കാൻ വരുന്നവരുടെ മനഃസ്ഥിതിയെ ആസ്പദമാക്കി മാത്രമെ പറയാൻ കഴിയൂ. നീന്തൽ പഠിച്ചേ തീരൂ എന്ന മോഹം ഒരു ബാധ പോലെ പിടികൂടിയ ഒരുവൻ നിലയില്ലാത്ത വെള്ളത്തിൽ വച്ചുതന്നെ സ്വയം നീന്തൽ പഠിച്ച് കരപറ്റിയേക്കാം. എന്നാൽ പഠിക്കുന്നതിനുള്ള ജന്മവാസന ഇല്ലാത്തവർ മുങ്ങിമരിക്കും. ഈ മരണവെപ്രാളം ഭയങ്കരമായ പ്രതിഷേധമായി ഉയരാം. തന്നെ കോളേജിലേക്ക് തള്ളിവിട്ടതിനുള്ള പ്രതിഷേധവും പഠിപ്പിൽ തോന്നുന്ന മനംമടുപ്പും രാമകൃഷ്ണനിൽ നിറഞ്ഞുകവിഞ്ഞ് വികൃതികളും ക്രൂരവിനോദങ്ങളും ആയി ബഹിർഗമിക്കുകയായിരുന്നു.

ഈ ഗതികേട് ഒഴിവാക്കാൻ, കോളേജിൽ ചേരുന്നതിനുമുമ്പ് ഓരോ കുട്ടിയും തനിക്ക് പഠിപ്പിൽ താല്പര്യമുണ്ടോ എന്ന് ആത്മാർത്ഥമായ ഒരാത്മപരിശോധന (സ്വയം വിലയിരുത്തൽ) നടത്തേണ്ടതാണ്. രക്ഷിതാക്കളും കുട്ടിയുടെ താല്പര്യത്തിനു പരമപ്രാധാന്യം നല്കണം. നിലയില്ലാത്ത വെള്ളത്തിലേക്ക് തള്ളിയിടുന്നേരം ഭയംകൊണ്ടോ ബഹുമാനം കൊണ്ടോ കുട്ടി നിങ്ങളോട് പ്രതിഷേധിച്ചുവെന്ന് വരില്ല. പക്ഷേ, അപ്പോൾ അടിച്ചമർത്തി, ഉള്ളിലൊതുക്കുന്ന പ്രതിഷേധം നാളെ പത്തിവിടർത്തി സംഹാരതാണ്ഡവമാടാം. അത് അവനെത്തന്നെ നശിപ്പിച്ചെന്നും വരാം. അങ്ങനെ കുട്ടിയെ വളർത്താനും ഉയർത്താനും ശ്രമിക്കുന്ന രക്ഷിതാവിന്റെ പ്രയത്നം തന്നെ അവനെ തളർത്തുകയും തകർ ക്കുകയും ചെയ്യും.

ഇതു നേരിടാൻ ഇന്നത്തെ കോളേജ് പ്രവേശനചട്ടങ്ങളിലും മാറ്റം വരുത്തണം. 'നീന്തുക അല്ലെങ്കിൽ മുങ്ങിമരിക്കുക' എന്ന

പഴഞ്ചൻനയം കാലോചിതമായി മാറ്റണം. കോളേജ് പ്രവേശനത്തിന് അപേക്ഷിക്കുന്ന ഓരോ കുട്ടിക്കും സ്വയം വിലയിരുത്തലിന് ഒരവസരമുണ്ടാവണം. കോളേജ് പഠനത്തിനുള്ള കുറഞ്ഞ യോഗ്യത ഇന്നതാണെന്ന് പഠനാർത്ഥിക്ക് ബോദ്ധ്യപ്പെടണം. അതിനുവേണ്ടി നിലയില്ലാത്ത വെള്ളത്തിലേക്ക് തള്ളിയിടുന്നതിനുമുമ്പ് നിലയുള്ള വെള്ളത്തിൽ നീന്തിപ്പിച്ച് നോക്കി പഠനാർത്ഥിയുടെ താല്പര്യവും അഭിരുചിയും ജന്മവാസനയും നിർണ്ണയിക്കണം. അതിന്റെ അടിസ്ഥാനത്തിലാവണം കോളേജ് പ്രവേശനം. ഇങ്ങനെ ഉള്ള ഒരു 'നീക്കുപോക്കിന്' രക്ഷിതാവും ഒരു 'സ്വയം വിലയിരുത്തലിന്' പഠനാർത്ഥിയും, ഒരു മുൻകരുതൽ നടപടിക്ക് കോളേജ് അധികൃതരും മനസ്സുവെച്ചാൽ രാമകൃഷ്ണന്മാരുടെ മുങ്ങിമരണം കണ്ട് നമുക്ക് കണ്ണുനിറയ്ക്കേണ്ടിവരില്ല.

11

ഏറ്റവും കൂടുതൽ മാർക്ക് കിട്ടാൻ പ്രത്യേക ടെക്നിക്കുകൾ

ഉണ്ട്.

നിങ്ങൾക്ക് എത്രമേൽ അറിവ് ഉണ്ടായാലും പരീക്ഷക്കടലാസിൽ നിശ്ചിത സമയത്തിനുള്ളിൽ എന്തെഴുതുന്നു, എത്ര എഴുതുന്നു എന്നതിനെ ആശ്രയിച്ചാണ് മാർക്ക് കിട്ടുക. ഏറ്റവും കൂടുതൽ മാർക്ക് കിട്ടാൻ പരീക്ഷക്ക് പഠിക്കുമ്പോഴെ പ്രത്യേക പരിശീലനം നേടാം. മുൻവർഷങ്ങളിലെ ചോദ്യക്കടലാസുകൾ ശേഖരിച്ച് ഉത്തരങ്ങൾ എഴുതി ശീലിക്കണം. തൽസമയം ടൈംപീസ് നോക്കിതന്നെ സമയം കണക്കാക്കണം. ഏറ്റവും ചുരുങ്ങിയ സമയത്തിനുള്ളിൽ ഏറ്റവും കൂടുതൽ എഴുതാനുള്ള വേഗം കൈവരിക്കണം. ഈ രീതിയിലുള്ള പരിശീലനം കൈയ്ക്കും മനസ്സിനും കിട്ടണം. പിന്നെ പരീക്ഷക്ക് പഠിക്കുന്ന സമയം കഠിനമായി എല്ലാ ശ്രദ്ധയും കേന്ദ്രീകരിച്ച് പഠിക്കണം. വിഷയത്തിന്റെ ഉള്ളറകളിലേക്ക് മനസ്സ് എത്തണം. മനസ്സിലായത് നല്ല രീതിയിൽ എഴുതിഫലിപ്പിക്കാനും പറ്റണം. പഠിച്ചത് വീണ്ടും വീണ്ടും ഓർക്കുകയും മനസ്സിൽ ഉരുവിടുകയും വേണം.

12

പരീക്ഷയ്ക്ക് പഠിക്കുന്ന സമയത്ത് പഠിപ്പിന്റെ വേഗം കൂട്ടാൻ

പരീക്ഷയ്ക്ക് പഠിക്കുമ്പോൾ ഒറ്റ നോട്ടത്തിൽ തന്നെ കാര്യം മനസ്സിലാക്കണം. ഇതിനുവേണ്ടി അന്നന്ന് എടുക്കുന്നത് അന്നന്നുതന്നെ വായിച്ചിരിക്കണം. അനിയന്ത്രിതമായ വായന യല്ല, നിയന്ത്രിതമായ വായനയാണ് പരീക്ഷയ്ക്ക് പഠിക്കുമ്പോൾ വേണ്ടത്. എന്താണ് അറിയേണ്ടത് പഠിക്കേണ്ടത് എന്നതിനെ പ്പറ്റി കൃത്യമായ വിവരം വേണം. അതിനുപാകത്തിൽ ചോദ്യം തയ്യാറാക്കണം. അവയ്ക്ക് കൃത്യമായ, സംക്ഷിപ്തമായ ഉത്തരം കണ്ടെത്താനാവണം വായന. അങ്ങനെയായാലെ ചിന്ത നേർ വഴിക്കു പോവൂ. അല്ലെങ്കിൽ അപ്രധാന കാര്യങ്ങളിലേക്ക് ചിന്ത വഴുതിപ്പോകും. അപ്പോൾ ഒന്നിനെപ്പറ്റിയും ആഴത്തിൽ മനസ്സി ലാക്കാനാവില്ല.

13

പരീക്ഷയ്ക്കുള്ള പഠിപ്പ് എങ്ങനെ പ്ലാൻ ചെയ്യണം?

ഒരു പുതിയ അദ്ധ്യയനവർഷം ആരംഭിക്കുമ്പോൾ തന്നെ പരീക്ഷക്കുള്ള പഠിപ്പിന്റെ പ്ലാനിങ്ങും തുടങ്ങണം. ഭക്ഷണം, യാത്ര, ഉറക്കം, വീട്ടുജോലി, സാധാരണ ലക്ചർ ക്ലാസുകൾ, പ്രാക്റ്റിക്കൽ ക്ലാസുകൾ, ഇവ ഓരോന്നിനും വേണ്ട സമയം വ്യക്തമാക്കിക്കൊണ്ട് താഴെ കാണുംവിധം ഒരു പട്ടിക തയ്യാറാക്കണം. ബാക്കിവരുന്ന സമയം വീട്ടുജോലിക്കും വിനോദത്തിനും പഠിപ്പിനുമായി ഭാഗിക്കണം. അങ്ങനെ ആഴ്ചയിലെ 168 മണിക്കൂറും വേണ്ടവിധം ചിട്ടപ്പെടുത്തണം.

സമയം	തിങ്കൾ	ചൊവ്വ	ബുധൻ	വ്യാഴം	വെള്ളി	ശനി	ഞായർ
രാവിലെ							
7.00							
8.00							
9.00							
10.00							
11.00							
12.00							

1.00							
2.00							
3.00							

....

വൈകിട്ട്							
10.00							

14

പരീക്ഷയുടെ അത്യാവശ്യം എന്ത്?

1. പരീക്ഷയുടെ അത്യാവശ്യം എന്ത്?

ഉത്തരവാദിത്വമുള്ള സ്ഥാനങ്ങളിൽ അർഹരായവരെ നിയമിക്കണമെന്ന് നാം വിശ്വസിക്കും. ഇതിന് പരീക്ഷവേണം. ഏത് ജോലിക്കും നിയമനം നടത്താൻ മത്സരപരീക്ഷ നടത്തുന്നത് അഴിമതിയും കൈക്കൂലിയും കുറയ്ക്കും. പഠിക്കാനും പഠിപ്പിക്കാനും പരീക്ഷ വേണം. പരീക്ഷ അടുക്കുമ്പോൾ വിദ്യാർത്ഥി ചൂടോടെ പഠിക്കും. പരീക്ഷയ്ക്ക് തയ്യാറെടുക്കുന്നതിലൂടെ വിഷയം ആഴത്തിലും പരപ്പിലും പഠിക്കാം. വിദ്യാർത്ഥി യുടെ കഴിവും കഴിവുകേടും പരീക്ഷയിലൂടെ മനസ്സിലാക്കാം. പഠിപ്പിക്കലിന്റെ തകരാറുകൾ മനസ്സിലാക്കാൻ ഇത് അദ്ധ്യാപകനും സഹായമാകും.

2. ഒരു വിദ്യാർത്ഥിയുടെ കഴിവും ബുദ്ധിയും നിർണ്ണയിക്കുന്നതിലുള്ള കുറ്റമറ്റ ഒരു മാനദണ്ഡമാണോ പരീക്ഷ?

വിദ്യാർത്ഥിയുടെ മിടുക്കും അറിവും ബുദ്ധിയും നിർണ്ണയിക്കാനുള്ള കുറ്റമറ്റ മാനദണ്ഡമല്ല പരീക്ഷ. പക്ഷേ, ഇതിലും മികച്ച മറ്റൊരു മാനദണ്ഡം ഇതുവരെ മനുഷ്യൻ കണ്ടെത്തിയി

ട്ടില്ല. ആകയാൽ പരീക്ഷയ്ക്കുള്ള തയ്യാറെടുപ്പ് ഓരോ വിദ്യാർത്ഥിയും നടത്തണം.

3. പരീക്ഷയ്ക്ക് പഠിക്കുന്ന കുട്ടിയെ പഠിക്ക് പഠിക്ക് എന്നു പറഞ്ഞ് സദാ ശല്യപ്പെടുത്തുന്നത് നല്ലതാണോ?

അല്ലേ അല്ല. എന്നല്ല കുട്ടികളിൽ ചെലുത്തുന്ന അമിത നിയന്ത്രണം ആപല്ക്കരമാണ്. അച്ചടക്കത്തിന്റെയും അനുസരണയുടെയും പേരിൽ കുട്ടികളെ തല്ലിപ്പേടിപ്പിച്ച് വളർത്തിയാൽ അവർ മനോരോഗികളാവാനാണ് സാദ്ധ്യത. മാതാപിതാക്കൾ തങ്ങളുടെ വിശ്വാസങ്ങളും ആദർശങ്ങളും കുട്ടികളിൽ അടിച്ചേല്പിച്ച് അവരെ നശിപ്പിക്കരുത്. ഇന്നവഴിയെ പോകുന്നത് നല്ലതാണ് എന്ന് സൗമ്യമായി ചൂണ്ടിക്കാണിക്കാം. അതുകൂടി ഉൾക്കൊണ്ട് അവർ 'അവരായി' വളർന്നുവരാൻ മാതാപിതാക്കൾ അനുവദിക്കണം. തല്ലിപ്പഴുപ്പിച്ചാൽ നന്നായി പഴുക്കില്ല. അതുപോലെ തല്ലിപ്പഠിപ്പിച്ചാൽ നന്നായി പഠിക്കുകയുമില്ല. പരീക്ഷ പാസാവുകയുമില്ല.

4. പരീക്ഷയ്ക്ക് വരാവുന്ന ചോദ്യങ്ങൾ ഏവ?

സർക്കാർ പരീക്ഷകൾക്കും സർവ്വകലാശാല പരീക്ഷകൾക്കും മത്സരപരീക്ഷകൾക്കും സ്കോളർഷിപ്പ് പരീക്ഷകൾക്കും ജോലിക്ക് എടുക്കുന്നതിനുവേണ്ടി നടത്തുന്ന ടെസ്റ്റുകൾക്കും മറ്റും വന്നു കണ്ടിട്ടുള്ള ചോദ്യങ്ങളെ സൂക്ഷ്മമായി അപഗ്രഥിച്ചുനോക്കിയപ്പോൾ ഇത്തരം പരീക്ഷകൾക്ക് ചോദിക്കുന്ന ചോദ്യങ്ങളെ രണ്ടായി തരം തിരിക്കാമെന്ന് തോന്നി.

ഒന്നാമത്തെ ഇനത്തിൽ വരുന്ന ചോദ്യങ്ങൾ വസ്തുനിഷ്ഠങ്ങളാണ്. ഇത്തരം ചോദ്യങ്ങൾക്ക് ശരി ഉത്തരം ഒന്നേ ഒന്ന് മാത്രമേ കാണൂ. ഈ ഉത്തരം എഴുതുന്ന എല്ലാവർക്കും ഒരേ മാർക്ക് കിട്ടും. മൾട്ടിപ്പിൾ ചോയ്സ് ചോദ്യങ്ങൾ, തെറ്റോ ശരിയോ എന്ന് ചോദിക്കുന്ന ചോദ്യങ്ങൾ, വിട്ടുപോയത് ചേർത്തെഴുതാൻ ആവശ്യപ്പെടുന്ന ചോദ്യങ്ങൾ, കണക്കുകൾ എന്നിവ ഈ വിഭാഗത്തിൽപ്പെടുന്നു.

വിവരിക്കുക, വിശദീകരിക്കുക, പുനഃപരിശോധിക്കുക, അപഗ്രഥിക്കുക, ചർച്ച ചെയ്യുക, താരതമ്യപ്പെടുത്തുക, നിരൂപണം ചെയ്യുക, വ്യാഖ്യാനിക്കുക, സംഗ്രഹിക്കുക, എന്നെല്ലാം പറയുന്ന ചോദ്യങ്ങളാണ് രണ്ടാമത്തെ ഇനം. ഇത്തരം ചോദ്യങ്ങൾക്ക് ഉള്ള ഉത്തരങ്ങൾ അളന്ന് മുറിച്ചപോലെ ഇന്നമാതിരി മാത്രമെ എഴുതാവൂ എന്നില്ല. ഓരോ തരത്തിൽ മികച്ച ഒന്നിലേറേ ഉത്തരങ്ങൾ ഇത്തരത്തിലുള്ള ഓരോ ചോദ്യത്തിനും ഉണ്ടാവാം.

15

പരീക്ഷയ്ക്ക് പഠിക്കാനിരിക്കുമ്പോൾ

A. പരീക്ഷയ്ക്ക് പഠിക്കാനിരിക്കുമ്പോൾ

1. എഴുതേണ്ട പരീക്ഷയുടെ പ്രാധാന്യം മനസ്സിലാക്കണം. ഉദാഹരണമായി എസ് എസ് എൽ സി പരീക്ഷ കഷ്ടിച്ച് പാസാവുന്നതിനേക്കാൾ നല്ലത് തെല്ല് വൈകിയിട്ടാണെങ്കിലും പരമാവധി ശതമാനം മാർക്ക് വാങ്ങി പാസാവുന്നതാണ്. പല ജോലികൾക്കും മേൽപഠിപ്പിനും തെരഞ്ഞെടുക്കുന്നത് എസ് എസ് എൽ സി യുടെ മാർക്കിനെ അടിസ്ഥാനമാക്കിയാണ്.
2. ഓരോ പരീക്ഷയുടെയും സമയവും ചോദ്യങ്ങളുടെ ഏകദേശം എണ്ണവും.
3. ചോദിക്കാനിടയുള്ള ചോദ്യങ്ങൾ എത്രഎണ്ണം വസ്തുനിഷ്ഠവിഭാഗത്തിലും വ്യക്തിനിഷ്ഠവിഭാഗത്തിലും പെടുന്നു?
4. പരീക്ഷാഹാളിൽ കൊണ്ടുപോകാവുന്ന പ്രാമാണിക ഗ്രന്ഥങ്ങൾ ഉദാഹരണമായി മാത്തമാറ്റിക്കൽ ആന്റ് ഫിസിക്കൽ ടേബിൾ പരീക്ഷാഹാളിൽ കൊണ്ടുപോകാം.
5. പരീക്ഷയ്ക്ക് ഏതെല്ലാം ഉപകരണങ്ങൾ കൊണ്ടുപോകണം?
6. സിലബസിൽ സൂചിപ്പിച്ചിട്ടുള്ള വിഷയവിഭാഗങ്ങളുടെ വ്യാപ്തി എത്രത്തോളം? പഠിപ്പിച്ച പുസ്തകത്തിലെ എല്ലാ അദ്ധ്യായങ്ങളും പരീക്ഷയ്ക്ക് ഉൾപ്പെടുത്തിയിട്ടുണ്ടോ?

B. ഏറ്റവും കൂടുതൽ മാർക്ക് കിട്ടാൻ ഏതു വിധത്തിൽ പരീക്ഷയ്ക്ക് പഠിക്കണം?

ഏകാഗ്രതയോടെ ക്രമമായി പഠിക്കണം. പരീക്ഷയ്ക്ക് പഠിക്കുന്നതോടൊപ്പം അപ്പപ്പോൾ ക്ലാസിൽ എടുക്കുന്നത് പഠിക്കുകയും വേണം. പരീക്ഷക്ക് വരാവുന്ന ചോദ്യങ്ങളുടെ ഒരു പട്ടിക തന്നെ തയ്യാറാക്കി ഉത്തരം എഴുതി ശീലിക്കണം. അപ്പോൾ ചോദ്യക്കടലാസിലെ മിക്ക ചോദ്യങ്ങൾക്കും നിങ്ങൾ മുമ്പെ ഉത്തരം എഴുതി യിരിക്കണം. ഈ മുൻപരിചയം നിങ്ങളെ പരീക്ഷാമത്സരത്തിൽ മുമ്പിലെത്തിക്കും.

C. കാണാപ്പാഠം പഠിക്കാമോ?

കാണാപ്പാഠം പഠിക്കുന്നത് തെറ്റ് എന്ന് പറയുന്നവരുണ്ട്. പക്ഷേ, എല്ലാവരുടെ കാര്യത്തിലും ഇത് പറയാൻ പറ്റില്ല. കുട്ടിക്ക് പഠിക്കാൻ കിട്ടുന്ന അവസരത്തെയും സൗകര്യത്തെയും ആശ്രയിച്ചിരിക്കുന്നു ഇക്കാര്യത്തിലുള്ള തീർപ്പ്. ജീവിതപ്രാരാബ്ധത്താൽ വീർപ്പുമുട്ടുന്ന ഒരു കൃഷിക്കാരന്റെ കുട്ടിക്ക് എസ് എസ് എൽ സി ക്ക് സ്വന്തമായി ഇംഗ്ലീഷ് എഴുതാൻ കഴിഞ്ഞെന്ന് വരില്ല. പട്ടണത്തിൽ പാർക്കുന്ന ഒരു ഉദ്യോഗസ്ഥന്റെ കുട്ടിക്ക് കഴിഞ്ഞെന്നും വരാം. അപ്പോൾ കൃഷിക്കാരന്റെ കുട്ടി കാണാപ്പാഠം പഠിച്ചേ പറ്റൂ. കാണാപ്പാഠം പഠിച്ചിട്ടാണെങ്കിലും മിനിമം മാർക്ക് ഈ വിദേശഭാഷയിൽ കിട്ടിയാൽ മൊത്തം പരീക്ഷ നല്ലനിലയിൽ പാസായെന്ന് വരാം. മാത്രവുമല്ല, ഏതു ഭാഷയിലും നന്നായി എഴുതാൻ വാക്കുകളും ശൈലികളും കാണാപ്പാഠം പഠിക്കുന്നതാണ് ഉത്തമം. എന്നാൽ കാണാപ്പാഠം പഠിക്കുമ്പോൾ തന്നെ കാര്യം മനസ്സിലാക്കാൻ കൂടി മനസ്സിരുത്തിയാൽ ഏറെ നന്നായി. ഇതുപോലെ ഗണിതം, ഫിസിക്സ്, കെമിസ്ട്രി തുടങ്ങിയ ശാസ്ത്രസാങ്കേതിക വിഷയങ്ങളിലേയും സമീകരണങ്ങളും പട്ടികകളും കാണാപ്പാഠം പഠിക്കണം.

D. ഇംഗ്ലീഷ്, ഫ്രഞ്ച്, സംസ്കൃതം, മലയാളം, ഹിന്ദി, തമിഴ്, കന്നഡ മുതലായ വിഷയങ്ങൾ പഠിക്കുമ്പോൾ പ്രത്യേകം ശ്രദ്ധിക്കേണ്ട കാര്യം എന്ത്?

അറിയാൻ വയ്യാത്ത വാക്കുകളുടെ സ്പെല്ലിങ് എഴുതി എഴുതി പഠിക്കണം. പ്രധാനപ്പെട്ട വാക്കുകൾ വാചകത്തിൽ പ്രയോഗിക്കുന്നതും എഴുതി പഠിക്കണം. പ്രധാന ചോദ്യങ്ങൾ വായിച്ചു പഠിച്ചശേഷം ഒരുവട്ടമെങ്കിലും എഴുതി സ്വയം തെറ്റുണ്ടോ എന്ന് പരിശോധിച്ച് നോക്കണം. കാണാപ്പാഠം പഠിക്കേണ്ട കവിതകളും എഴുതി തന്നെ പഠിക്കണം. ഗ്രാമർ ഒരു ഭാഗവും വിടാതെ പഠിക്കണം. ഓരോ വിഭാഗത്തിലും വേണ്ടത്ര ചോദ്യങ്ങൾക്ക് ഉത്തരം എഴുതിത്തന്നെ പഠിക്കുകയും വേണം.

E. ശാസ്ത്രവിഷയങ്ങൾ പഠിക്കുമ്പോൾ എന്തെല്ലാം കാര്യങ്ങൾ പ്രത്യേകം ശ്രദ്ധിക്കണം?

1. ചിത്രങ്ങൾ വരച്ച് പഠിക്കണം; ചിത്രങ്ങൾ പുസ്തകത്തിൽ വെറുതെ നോക്കിയാൽ തന്നെ പരീക്ഷക്ക് വരയ്ക്കാമെന്നു തോന്നും. പക്ഷേ, പരീക്ഷാ ഹാളിൽ വരച്ച് നോക്കുമ്പോൾ കാണാം സംശയങ്ങളുടെ നൂലാമാല. അതിൽക്കുടുങ്ങി നിങ്ങളുടെ വിലയേറിയ സമയവും പോവും മാർക്കും പോവും. ആകയാൽ ചിത്രങ്ങൾ വൃത്തിയായി മനസ്സിലാക്കി വരക്കാൻ പഠിക്കണം. ചിത്രങ്ങൾ നോക്കിയാവും പലപ്പോഴും മാർക്കിടുക.
2. കണക്കുകൾ ചെയ്തുതന്നെ പഠിക്കണം.
3. ഇടവിട്ട് പഠിച്ച് ഭാഗ്യം പരീക്ഷിക്കരുത്.
4. സയൻസ് പരീക്ഷകളിൽ കാര്യം മാത്രം എത്രയും സംക്ഷിപ്തമായി ചുരുക്കി എഴുതാൻ പഠിക്കണം. വാരിവലിച്ച് എഴുതി വെറുതെ സമയം കളയേണ്ട.

F. ഗണിതം പഠിക്കുമ്പോൾ പ്രത്യേകിച്ച് എന്തെങ്കിലും ഓർത്തിരിക്കേണ്ടതുണ്ടോ?

ഉണ്ട്. കണക്ക് വായിച്ചു പഠിക്കാനുള്ളതല്ല. ഓരോന്നും ആലോചിച്ച് ചെയ്തു നോക്കി ഉത്തരം കണ്ടെത്താനുള്ളതാണ്. ഇൻസ്ട്രുമെന്റ് ബോക്സിലെ ഓരോ ഉപകരണവും ഏറ്റവും സമർത്ഥമായി ഉപയോഗിക്കാനും പഠിക്കണം.

G. സാമൂഹ്യപാഠങ്ങൾ എങ്ങനെ എളുപ്പം പഠിക്കാം?

1. സാമൂഹ്യപാഠങ്ങളിൽ ഉൾപ്പെടുന്ന ചരിത്രം പഠിക്കുമ്പോൾ അത് നടന്ന ഒരു നീണ്ട കഥയാണെന്ന് മറക്കാതിരിക്കുക. കാലഗതിക്കനുസരിച്ച് ആ കഥ വായിച്ചു പോകുക. അപ്പോൾ സംഗതികൾ ഓർ മ്മിക്കാൻ എളുപ്പമാവും.
2. സാമൂഹ്യപാഠങ്ങളിൽ ഉൾപ്പെടുന്ന ഭൂമിശാസ്ത്രം പഠിക്കുമ്പോൾ നാളെ നിങ്ങൾ ഈ ഭൂഭാഗങ്ങളിൽ ചെന്നെത്തുന്നതായി സങ്കല്പിക്കുക. അപ്പോൾ അവിടങ്ങളിലെ ഭൂപ്രകൃതിയും കാലാവസ്ഥയും ജനജീവിതവും എല്ലാം മനസ്സിലാക്കാൻ നിങ്ങൾക്ക് എന്തെന്നില്ലാത്ത ആവേശമുണ്ടാവും. ഓരോ സ്ഥലത്തെയും ഭൂപ്രകൃതിയും കാലാവസ്ഥയും അതാതിടത്തെ ജനങ്ങളുടെ ജീവിതരീതിയെ എങ്ങനെ നിയന്ത്രിക്കുന്നു എന്ന് പരിശോധിക്കുന്നതും പഠിപ്പ് കൂടുതൽ കാര്യക്ഷമമാക്കും.

H. പഠിപ്പിലും പരീക്ഷാഹാളിലും ഏറ്റവും നന്നായി പ്രശോഭിക്കുന്നതിനും ഏറ്റവും കൂടുതൽ മാർക്ക് നേടുന്നതിനും ഒന്നാമതായി വേണ്ടത് എന്ത്?

മനസ്സിന്റെ ഏകാഗ്രത.

16

എങ്ങനെ ഏകാഗ്രത ഉണ്ടാവും?

എനിക്ക് ഒന്നിനും ശ്രദ്ധ നില്ക്കുന്നില്ലെന്ന ആത്മാലാപം മറ്റെന്ന ത്തേക്കാളുമേറെ ഇന്ന് എവിടെയും കേൾക്കാം. ഏകാഗ്രത അമൂല്യമായ ഒരു കഴിവാണ്. ഇതെങ്ങനെ കൈവരും?

1. **ജീവിത വിശുദ്ധി നേടുക**

   അവനവനിൽ തന്നെയുള്ള ദോഷം ആദ്യം കണ്ടെത്തുക. അന്യരുടെ ചെറിയ ചെറിയ ദോഷങ്ങൾപോലും അന്വേഷിക്കുന്നതിൽ മനസ്സു വെക്കാതിരിക്കുക, അവനവന്റെ ജീവിതത്തിലെ ദോഷങ്ങൾ കുറച്ചു കുറച്ചുകൊണ്ടുവന്ന് ഓരോ ദിവസവും കൂടുതൽ കൂടുതൽ മധുരതരമാക്കുക – ഇതാണ് ജീവിത വിശുദ്ധി.

2. **ജീവിത നിയന്ത്രണം പാലിക്കുക.**

   നിത്യ ജീവിത വ്യാപാരങ്ങളിൽ സ്വയം ശീലിക്കേണ്ട, പാലിക്കേണ്ട നിയന്ത്രണങ്ങളുണ്ട്. നമ്മുടെ എല്ലാ പ്രവൃത്തികൾക്കും നിയന്ത്രണം വേണം. ആഹാരം കഴിക്കുന്നതിനും ഉറങ്ങുന്നതിനും കാണുന്ന തിനും കേൾക്കുന്നതിനും എല്ലാം പരിമിതികൾ ഏർപ്പെടുത്തണം. ചീത്ത വസ്തുക്കൾ കാണാതിരിക്കുക. ചീത്ത പുസ്തകങ്ങളും

പ്രസിദ്ധീകരണങ്ങളും വായിക്കാതിരിക്കുക, നിന്ദാസ്തുതികൾ കേട്ടാലും കേൾക്കാതിരിക്കുക, ദോഷപദാർത്ഥങ്ങൾ ഉപയോഗിക്കാതിരിക്കുക, സൽപദാർത്ഥങ്ങൾ ആവശ്യത്തിനുമാത്രം ഉപയോഗിക്കുക. അങ്ങനെ നമ്മുടെ എല്ലാ ഇന്ദ്രിയങ്ങളേയും നിലയ്ക്ക് നിറുത്തുന്ന കലയാണ് ജീവിത നിയന്ത്രണം.

നമ്മുടെ ദൃഷ്ടിയിൽ കളങ്കമുണ്ടാവരുത്. ഉണ്ടായാൽ സത്യമല്ല മിഥ്യയാണ് നാം കാണുക. സിംഹത്തിന്റെ കണ്ണിൽ എപ്പോഴും സംശയമാണ്. അതുകൊണ്ടത് നാലടി നടന്നാൽ തിരിഞ്ഞുനോക്കും. പിന്നെ എങ്ങനെ അതിന് ഏകാഗ്രത കിട്ടും.

അതുകൊണ്ട് സംശയവും ഭയവും പാടില്ല. വിശ്വംതദ ഭദ്രംതദ വന്തി ദേവഃ (ഈ വിശ്വം മംഗളമാണ്, കാരണം ഭഗവാൻ അത് കാത്തുസൂക്ഷിക്കുന്നു.) അല്ലെങ്കിൽ ബ്രൗണിങ് പറഞ്ഞപോലെ, "മുകളിൽ ഈശ്വരനുണ്ട്, താഴെ ലോകകാര്യങ്ങൾ ശരിയായി നടക്കും". ഇങ്ങനെ ഒരാത്മവിശ്വാസത്തോടെ നാം എല്ലാം നോക്കിക്കാണണം. ഈ ശുഭദൃഷ്ടിയും ഏകാഗ്രതയ്ക്കുവേണം.

3. **നല്ല വിചാരങ്ങളും വികാരങ്ങളും മാത്രം മനസ്സിലേക്ക് കടത്തിവിടുക. അതിനെപ്പറ്റി മാത്രം വീണ്ടും വീണ്ടും ചിന്തിക്കുക.**

17

പരീക്ഷയ്ക്ക് ചോദ്യങ്ങൾ വേണ്ടവിധം അവതരിപ്പിക്കാനുള്ള കഴിവ് എങ്ങനെ ഉണ്ടാവും?

1. പരീക്ഷയ്ക്ക് ചോദ്യങ്ങൾ വേണ്ടവിധം അവതരിപ്പിക്കാനുള്ള കഴിവ് എങ്ങനെ ഉണ്ടാവും?

പഠിക്കുമ്പോൾ മോഡൽ ചോദ്യങ്ങൾ ഉണ്ടാക്കി ഉത്തരം എഴുതിശീലിച്ചാൽ മതി.

2. പരീക്ഷയും പരീക്ഷ എഴുതുന്ന ആളുടെ ഭാവിയും എങ്ങനെ കെട്ടുപിണഞ്ഞുകിടക്കുന്നു?

പരീക്ഷ എഴുതുന്ന ആളുടെ ഭാവി തൂങ്ങിനില്ക്കുന്ന ത്രാസാണ് പരീക്ഷ. അതുകൊണ്ടുതന്നെ പരീക്ഷ എന്ന് കേൾക്കുമ്പോൾ നാം അസ്വസ്ഥരാവുന്നു.

3. ഈ അസ്വസ്ഥതയും പരിഭ്രമവും ഇല്ലാതാക്കാൻ കഴിയുമോ?

പൂർണ്ണമായും ഇല്ലാതാക്കാൻ പ്രയാസമാണെങ്കിലും അസ്വസ്ഥതയും ആശങ്കയും പരിഭ്രമവും പരമാവധി കുറയ്ക്കുവാൻ കഴിയും. പരീക്ഷയ്ക്ക് നന്നായി തയ്യാറെടുക്കുക എന്നുള്ളത് തന്നെയാണ് ഇതിനുള്ള ഫലപ്രദമായ മാർഗ്ഗം.

4. പരീക്ഷയോട് ഇണങ്ങണോ അതോ പിണങ്ങണോ?

ഇണങ്ങണം. മുങ്ങിമരിക്കാൻ പോകുന്ന ഒരാൾ വെള്ള

ത്തോട് പിണങ്ങിയിട്ട് എന്ത് കാര്യം? നേരെമറിച്ച് വെള്ള ത്തിൽ പരമാവധി താല്പര്യം കാണിച്ചാലെ അതിൽ മുങ്ങി മരിക്കാതിരിക്കാനുള്ള വിദ്യ കണ്ടെത്താൻ കഴിയു. അതു കൊണ്ട് പരീക്ഷയിൽ പരമാവധി താല്പര്യം കാണിക്കണം.

5. പരീക്ഷ എഴുതുമ്പോൾ ശ്രദ്ധിക്കേണ്ട ഏറ്റവും പ്രധാന പ്പെട്ട കാര്യം എന്താണ്?

എളുപ്പമുള്ള ചോദ്യങ്ങൾക്കും അറിയാവുന്ന ചോദ്യ ങ്ങൾക്കും ആദ്യം ഉത്തരം എഴുതുക. ഇതിന്റെ പ്രാധാന്യം വിശദീകരിക്കാം. ഒരു ചോദ്യകടലാസിലെ രണ്ടാംഭാഗത്തിൽ നാല് ചോദ്യങ്ങളുണ്ടെന്ന് സങ്കല്പിക്കുക. അതിന് ഉത്തര മെഴുതാനുള്ള സമയം ഒരു മണിക്കൂറും. ഒരു വിദ്യാർത്ഥി ചോദ്യങ്ങൾ വായിച്ചു നോക്കുന്നു. ആദ്യത്തെ ചോദ്യം നന്നായി അറിയില്ല. മറ്റെല്ലാം ഒരു വിധം അറിയാം. പക്ഷേ, എല്ലാത്തിനും മുമ്പേ ആണല്ലോ ഒന്നാമത്തെ ചോദ്യം. അതു കൊണ്ട് അതിന് ആദ്യം ഉത്തരം എഴുതണമെന്ന് അയാൾ തെറ്റായി തീരുമാനിക്കുന്നു. അങ്ങനെ അറിയാത്ത ചോദ്യ ത്തിന് ഉത്തരം ആലോചിച്ചും സംശയിച്ചും എഴുതിയത് വെട്ടിയും തിരുത്തിയും ഇരുപത് – ഇരുപത്തഞ്ച് മിനിട്ട് പോ യി. എന്നിട്ടും വേണ്ട ഉത്തരം കിട്ടിയില്ല. പിന്നെയും അയാൾ മല്ലിട്ടു. അങ്ങനെ മുക്കാൽ മണിക്കൂർ പോയി. അപ്പോഴാണ് അയാൾക്ക് സമയബോധമുണ്ടായത്. പിന്നെ വല്ലാത്ത പരി ഭ്രമമായി. ഒന്നാമത്തെ ചോദ്യത്തിന് ശരി ഉത്തരം ഇനിയും കിട്ടിയിട്ടില്ല. ബാക്കി നാലു ചോദ്യങ്ങൾ തൊട്ടിട്ടുപോലുമില്ല! അങ്ങനെ അയാൾ വെപ്രാളപ്പെട്ടു. എന്തൊക്കെയോ കാട്ടി ക്കൂട്ടി. ഫലം ദയനീയ പരാജയമായിരുന്നു.

ഇതാണു പറയുന്നത് നന്നായി അറിയുന്ന ചോദ്യങ്ങൾക്ക് ആദ്യമാദ്യം ഉത്തരം എഴുതണം എന്ന്. വാടിയത് വാടിയത് ആദ്യം വട്ടിയിലാക്കുക. അപ്പോൾ അറിയാൻ വയ്യാത്ത ചോദ്യത്തെപ്പോലും നേരിടാനുള്ള ആത്മധൈര്യം കിട്ടും.

6. പരീക്ഷക്ക് പുറപ്പെടുമ്പോഴും പരീക്ഷാഹാളിൽ കടക്കു മ്പോഴും ചോദ്യക്കടലാസ് കിട്ടുമ്പോഴും ഉണ്ടാകാവുന്ന പരിഭ്രമത്തെ എങ്ങനെ ഇല്ലാതാക്കാം

ഞാൻ എല്ലാം പഠിച്ചിട്ടുണ്ട്. പിന്നെ എന്തിന് ഭയം. ഇങ്ങനെ മനസ്സിനെ ആശ്വസിപ്പിക്കുകയും ബലപ്പെടുത്തുകയും ചെയ്യണം. ചോദ്യക്കടലാസിൽ സിലബസിനപ്പുറത്തുള്ള ചോദ്യങ്ങൾ കണ്ടാൽ ഇങ്ങനെയായിരിക്കണം മനസ്സിനെ ആശ്വസിപ്പിക്കേണ്ടത്.

അതിബുദ്ധിമാനു പോലും ഉത്തരം എഴുതാൻ പ്രയാസമായ ചോദ്യം ഏത് മരമണ്ടന് പോലും ചോദിക്കാൻ കഴിയും. പക്ഷേ, ഉത്തരം കണ്ടെത്താൻ ആലോചന കൊണ്ട് കഴിയും എന്ന വിശ്വാസത്തോടെ പഠിച്ചത് വെച്ച് ചിന്തിക്കുക. ആ ചിന്തയിൽനിന്ന് ഉരുത്തിരിയുന്ന ഉത്തരം വേഗം എഴുതുക.

7. പരീക്ഷാഹാളിൽ കിട്ടുന്ന ഓരോ സെക്കന്റും എങ്ങനെ ഏറ്റവും ഫലപ്രദമായി ചെലവഴിക്കാം? പരീക്ഷാഹാളിൽവെച്ച് നേരിടേണ്ടി വരുന്ന ബുദ്ധിമുട്ടുകളും വെല്ലുവിളികളും ഏവ? അവയെ നേരിടാനുള്ള വിദ്യ പറഞ്ഞുതരാമോ?

പരീക്ഷാ ഹാളിൽവെച്ച് അനുഭവപ്പെടാവുന്ന ബുദ്ധിമുട്ടുകളും നേരിടേണ്ടിവരുന്ന പ്രശ്നങ്ങളും അവയ്ക്കുള്ള പരിഹാരമാർഗ്ഗങ്ങളും താഴെ പട്ടികപ്പെടുത്തുന്നു.

1. കഴിയുന്നത്ര നേരത്തെതന്നെ പരീക്ഷാഹാളിൽ എത്തുക. കഴിയുംവേഗം നിങ്ങളുടെ രജിസ്റ്റർ നമ്പർ എഴുതിയ സീറ്റ് കണ്ടുപിടിച്ച് യഥാസ്ഥാനത്ത് ഇരിക്കുക. പിന്നീട് മനസ്സ് പ്രക്ഷുബ്ധമാക്കുന്ന ഒന്നും ചെയ്യരുത്. ആരുമായും കശപിശ കൂടരുത്. ആർത്ത് ചിരിക്കരുത്. പഠിച്ചത് മറന്നല്ലോ എന്ന് ഓർത്ത് പരിഭ്രമിക്കരുത്. നേരെ മറിച്ച് മനസ്സ് അങ്ങേയറ്റം ശാന്തമാക്കാനും പഠിച്ചതിനെപ്പറ്റി ആത്മസംതൃപ്തി നേടാനുമാണ് ശ്രമിക്കേണ്ടത്. ഇതിനുവേണ്ടി നിങ്ങൾ ഈശ്വരവിശ്വാസിയാണെങ്കിൽ ഇഷ്ടദേവനെയോ ദേവിയേയോ ധ്യാനിക്കുക. ധ്യാനിച്ച് മനോബലം നേടുക, മനഃശാന്തി നേടുക വിശ്വാസി അല്ലെങ്കിൽ മനസ്സിനോട് മന്ത്രിക്കുക – ഞാൻ നന്നായി പരീക്ഷ എഴുതും. എനിക്ക് നല്ല മാർക്ക് കിട്ടും.
2. ഭയം തീയാണ്. അതുകൊണ്ട് അറിയാത്ത ചോദ്യങ്ങളാണ് ചോദിക്കുന്നതെങ്കിൽ കൂടി പേടിക്കാതിരിക്കുക. പഠിപ്പിക്കാ

ത്തതോ പഠിപ്പിച്ചിട്ടില്ലാത്തതോ ആണ് ചോദ്യമെങ്കിലും ഞാൻ ഉത്തരം കണ്ടെ ത്തും എന്ന ആത്മധൈര്യത്തോടെ അറിയാവുന്നതിൽനിന്നും യോജിച്ച ഭാഗം ആവുന്നത്ര ശരിപ്പെടുത്തുക. അറിയാത്ത ചോദ്യത്തിനുള്ള ഉത്തരങ്ങൾ പ്ലാൻ ചെയ്യുക. വെല്ലുവിളിയോടെ ഈ പ്രതിസന്ധിയെ നേരിടുക. ഒരിക്കലും പരിഭ്രമിക്കാതിരിക്കുക, നിരാശപ്പെടാതിരിക്കുക.

3. കോപ്പിയടിക്കാൻ ശ്രമിക്കരുത്. ഉത്തരം കിട്ടാത്തത് കോപ്പിയടിക്കാൻ പറ്റിയാൽത്തന്നെ പരിഭ്രമത്താൽ പരീക്ഷക്കടലാസിൽ എഴുതുന്നത് പാതി തെറ്റായിരിക്കും. കോപ്പിയടിച്ചാൽ എല്ലാം നഷ്ടപ്പെടും എന്നും മറക്കാതിരിക്കുക.
4. ചോദ്യക്കടലാസ് കിട്ടിയാൽ അത് ആവർത്തിച്ച് ആവർത്തിച്ച് വായിച്ചു സമയം കളയരുത്. ചോദ്യക്കടലാസ് ആകെ ഒന്ന് ഓടിച്ച് നോക്കുക. എത്ര ചോദ്യങ്ങൾ ഉണ്ട്? ഏവയാണ് ഏറ്റവും എളുപ്പം? നിർബ്ബന്ധിത ചോദ്യങ്ങൾ (നിർബ്ബന്ധമായും ഉത്തരം എഴുതേണ്ട ചോദ്യങ്ങൾ) ഏവ? ഇതെല്ലാം കണ്ടുപിടിക്കലാണ് ആദ്യത്തെ പടി. പിന്നെ ഓരോരോ ചോദ്യത്തിനും ഏകദേശം എത്രസമയം എടുക്കാം. എന്നു തീരുമാനിക്കണം. അതുകഴിഞ്ഞാൽ വേഗം എഴുത്ത് ആരംഭിക്കാം.

   ഒരു ചോദ്യമോ ഒന്ന് രണ്ട് പേജോ എഴുതിത്തീർന്നാൽ എഴുതിയിടത്തോളം ഒന്ന് വായിച്ച് നോക്കി തെറ്റു തിരുത്താം. പിന്നിട് വീണ്ടും എഴുതുക. ഒന്ന് രണ്ട് പേജ് തീരുമ്പോൾ വായിച്ച് തെറ്റ് തിരുത്തുക. ഇങ്ങനെ എല്ലാ ചോദ്യങ്ങൾക്കും ഉത്തരം എഴുതുക. അപ്പോൾ സമയം തീരാറാവുമ്പോൾ ഒന്നോ രണ്ടോ പേജോ ചോദ്യമോ മാത്രമെ വായിച്ചുനോക്കാനുണ്ടാവൂ. അതിന് സമയവും കിട്ടും. മാത്രമല്ല, ഒന്ന് രണ്ട് പേജ് വീതം പുനഃപരിശോധിക്കുമ്പോൾ, വായിച്ചു നോക്കുമ്പോൾ കൈയിന് തെല്ലുനേരം തെല്ലൊരു വിശ്രമവും കിട്ടും മനസ്സിന് കൂടുതൽ ഉണർവ്വുമുണ്ടാകും. അടുത്ത ചോദ്യം കൂടുതൽ നന്നായും സംക്ഷിപ്തമായും എഴുതാൻ മുമ്പെ എഴുതിയ ചോദ്യം ഉടൻ തന്നെ വായിച്ചു നോക്കുന്നത് സഹായമാവും.

5. മൾട്ടിപ്പിൾ ചോയ്സ് ചോദ്യങ്ങളിൽ ശരിക്ക് അറിയാവുന്ന

വർക്ക് ആദ്യം ഉത്തരം എഴുതുക. ചോദ്യം വായിച്ചു പോകുമ്പോൾ തന്നെ ഉത്തരവും എഴുതാം.

ഒറ്റവായനയിൽ കിട്ടാത്ത ചോദ്യങ്ങൾ രണ്ടാമത് ഒന്നുകൂടി വായിക്കുക. അപ്പോൾ ചിലതിനുള്ള ഉത്തരങ്ങൾ കിട്ടിയെന്നിരിക്കും.

ഒരു ഉദാഹരണം.

ഇലക്ട്രിക് കറന്റ് അളക്കാനുള്ള ഉപകരണം ഏത്?

1. വോൾട്ട് മീറ്റർ 2. അമ്മീറ്റർ 3. വാട്ട് മീറ്റർ 4. ഓം മീറ്റർ

1, 2, 3 ഇവയല്ല ശരി ഉത്തരം എന്ന് തോന്നിയാൽ ഉത്തരം (2) എഴുതാമല്ലോ. അത് ശരിയുമാവും. കിട്ടാത്ത ഒരു ചോദ്യത്തിന് താഴെ കൊടുത്തിരിക്കുന്ന തെറ്റും ശരിയും ആയ ഉത്തരങ്ങൾ വായിക്കുമ്പോൾ പെട്ടെന്ന് തോന്നുന്ന ഉത്തരമാവും ശരി. അതുകൊണ്ട് അത് എഴുതാം. മൾട്ടിപ്പിൾ ചോയ്സ് ചോദ്യത്തിനുതാഴെ തന്നിരിക്കുന്ന ഉത്തരങ്ങളിൽ ശരി ഏതെന്ന് കൃത്യമായി അറിയില്ലെങ്കിൽ ശരി ഏതാണെന്ന് ചിന്തിച്ച് ഊഹിക്കാം.

ചോദ്യത്തെപ്പറ്റി ഭാഗികമായ സങ്കല്പമെങ്കിലും വിദ്യാർത്ഥിക്ക് ഉണ്ടെങ്കിൽ മാത്രമെ വിവേകപൂർവ്വമായി ഊഹിക്കാൻ കഴിയൂ.

ഉദാഹരണം:

കൊല്ലം ജില്ലയിൽ ഒരു പേപ്പർമിൽ ഉള്ളത് –

(1) വെള്ളൂർ ആണ്
(2) കല്ലൂർ ആണ്
(3) ആമ്പല്ലൂർ ആണ്
(4) പുനലൂർ ആണ്.

ഇവിടെ കൊല്ലം ജില്ലയിലല്ല വെള്ളൂരും കല്ലൂരും ആമ്പല്ലൂരും എന്ന് വിദ്യാർത്ഥിക്ക് അറിവുണ്ടാകണം. എങ്കിലേ ഊഹം ശരിയാവൂ.

മൾട്ടിപ്പിൾ ചോയ്സ് ചോദ്യങ്ങൾക്ക് ഉത്തരമെഴുതുമ്പോൾ ചോദ്യക്കടലാസിലെ നിർദ്ദേശങ്ങൾ ശ്രദ്ധാപൂർവ്വം വായിക്കണം. അമേരിക്കയിലും മറ്റും ഇത്തരം ചോദ്യങ്ങൾക്ക് മാർക്കിടുന്നത് യന്ത്രങ്ങളത്രേ. നിർദ്ദേശം പാലിക്കുന്നതിൽ വീഴ്ച വരുത്തിയാൽ യന്ത്രങ്ങൾ ഒരിക്കലും മാർക്ക് നല്കില്ല.

മൾട്ടിപ്പിൾ ചോയിസ് ചോദ്യങ്ങൾ മനസ്സിലാവത്തതാവും വേറൊരു ബുദ്ധിമുട്ട്.

ഉദാ: രണ്ട് : '–' ഉം ഒരേ സംഖ്യ കൊണ്ട് പൂരിപ്പിക്കുക.

$4 \div - = - \div 16$

ഉത്തരം = 8

ഇവിടെ വരയുടെ സ്ഥാനത്ത് x എന്ന് എഴുതിയാൽ സംഗതി എളുപ്പമായി.

$4 \div x = x \div 16$

$= \frac{4}{x} = \frac{x}{16}$ $, \therefore 4x^2 = 64, x = 8$

രണ്ട് '–' ഉം എന്നത് രണ്ട് വരയും എന്ന് വായിച്ച് മനസ്സിലാക്കാൻ പലപ്പോഴും പരിഭ്രമത്തിനിടയിൽ കഴിയാതെ പോകുന്നതുകൊണ്ടാണ് ചോദ്യം മനസ്സിലാവാതെ വരുന്നത്. അതുകൊണ്ട് ചോദ്യം മനസ്സിലാക്കുക.

ഒരു ചോദ്യത്തിന്റെ എല്ലാ ചോയ്സുകളും പരിശോധിക്കണം.

ഉദാ: എല്ലാ മനുഷ്യരും ധരിക്കുന്നത്. (എ) ഷർട്ട്. (ബി) പാന്റ്സ് (സി) ചെരുപ്പ് (ഡി) വസ്ത്രം

ശരി ഉത്തരം : വസ്ത്രം

ഇവിടെ ആദ്യം ഷർട്ട് എന്ന് കണ്ട ഉടനെ ബാക്കി വായിക്കാതെ വിട്ട് ഉത്തരം തെറ്റിക്കരുത്. മുൻധാരണവച്ച് ഉത്തരം എഴുതരുത്.

ഉദാ: ഒരു വാനിന് ജീപ്പിനേക്കാൾ വില കൂടുതലാണ്. വാനിന് സ്ക്കൂ ട്ടറിനേക്കാൾ വില കുറവാണ്. എങ്കിൽ ഏറ്റവും കൂടുതൽ വില ഏതിന്?

ഉത്തരം: (എ) വാൻ (ബി) ജീപ്പ് (സി) സ്കൂട്ടർ. നമ്മുടെ മുന്നറിവ് വെച്ച് ഏറ്റവും വില വാനിനാകയാൽ വാൻ എന്നെഴുതി ഉത്തരം തെറ്റിക്കുന്നു. ആലോചിച്ചു നോക്കിയാൽ ഇവിടെ ശരിയുത്തരം സ്കൂട്ടർ ആണെന്ന് കാണാം. ചോദ്യങ്ങൾ തന്നിട്ടുള്ള ഉത്തരങ്ങളിൽ ഏതാണ് ശരി എന്ന് കൃത്യമായി അറിയില്ലെങ്കിൽ വീണ്ടും വീണ്ടും വായിക്കുക. അപ്പോൾ വെളിപാട് പോലെ ഏതെങ്കിലും ഒന്ന് ശരി എന്ന് തോന്നും അതെഴുതുക.

6. പരീക്ഷാഹാളിൽവെച്ച് സമയബോധം വേണം. ഒരേ ചോദ്യം തന്നെ ഒരുപാട് നേരം എഴുതിയാൽ ബാക്കി ചോദ്യങ്ങളിൽ പലതും വിടേണ്ടിവരും.
7. എല്ലാ ചോദ്യത്തിനും ഉത്തരം എഴുതുക. ഉത്തരം ചുരുക്കി എഴുതി സമയം ലാഭിക്കണം. പറഞ്ഞത് തന്നെ പറഞ്ഞ് പരീക്ഷകടലാസ് നോക്കുന്ന ആളെ ബോറടിപ്പിച്ചാൽ മാർക്ക് കുറയുകയേ ഉള്ളൂ. വ്യക്തതയാണ് ഉത്തരത്തിന് വേണ്ടത്.
8. ഉത്തരക്കടലാസുകൾക്ക് ക്രമമായി, കൃത്യമായി നമ്പറിട്ടിരിക്കണം. എങ്ങനെയെങ്കിലും വലിച്ചുവാരി തുറന്ന് വായിക്കാൻ പ്രയാസമായ വിധത്തിൽ ഉത്തരക്കടലാസ് കെട്ടി മുറുക്കി ഇട്ട് പോന്നാൽ നിങ്ങൾക്ക് മാർക്ക് കുറയാനാണ് സാദ്ധ്യത. ഉത്തരക്കടലാസ് നോക്കുന്ന ആളുടെ വെറുപ്പ് സമ്പാദിക്കരുത്. ആകയാൽ ഉത്തരക്കടലാസ് വൃത്തിയായും കൃത്യമായും അടുക്കികെട്ടാൻ മനസ്സിരുത്തുക.
9. ഉത്തരങ്ങളിലെ പ്രധാനപ്പെട്ട അപൂർവ്വസുന്ദരങ്ങളായ ആശയങ്ങൾ ക്ക് അടിവരയിടുന്നതും നല്ലതാണ്. ചിത്രങ്ങൾ വരയ്ക്കുന്നുവെങ്കിൽ നന്നായി വൃത്തിയായി വരയ്ക്കണം. കണക്കുകളുടെ ഉത്തരങ്ങൾ എടുത്തെഴുതുമ്പോൾ പിശക് പറ്റാതിരിക്കാൻ മനസ്സ് വെയ്ക്കണം.
10. കിട്ടുന്ന കണക്ക് തെറ്റിക്കാതിരിക്കാൻ കിണഞ്ഞ് ശ്രമിക്കുക.

11. **ഓരോ ചോദ്യവും (മൾട്ടിചോയ്സ് ചോദ്യങ്ങൾ ഒഴികെ) എഴുതി തുടങ്ങുന്നതിനുമുമ്പ് രണ്ടോ മൂന്നോ മിനിട്ട് എടുത്ത് മനസ്സിൽ ഒന്ന് പ്ലാൻ ചെയ്യുകയും പിന്നീട് പെട്ടെന്ന് എഴുതി തീർക്കുകയും ആണ് ഉത്തമം.**

ഇവിടെ എത്രയെങ്കിലും നിർദ്ദേശം നല്കാം. പക്ഷേ, പരമ പ്രധാനമായിട്ടുള്ളത് പരീക്ഷാഹാളിലെ ഓരോ സെക്കന്റും അങ്ങേയറ്റം പ്രയോജനപ്രദമാക്കാൻ മനസ്സുവെക്കുക എന്നുള്ളതാണ്. ഇതിന് എത്രയും ആവശ്യമായിട്ടുള്ള മനസ്സിന്റെ സന്തുലിതാവസ്ഥയും സംതൃപ്തിയും., പരിഭ്രമമില്ലായ്മയും, എല്ലാത്തിനും മീതെ അതിന്റെ ഏകാഗ്രതയും ആണ്. ഇതിനുവേണ്ടി പരീക്ഷയ്ക്ക് മുമ്പെത്തന്നെ വിദ്യാർത്ഥി സ്വയം പരിശീലനം അനുഷ്ഠിക്കണം.

18

ഇന്റർവ്യൂ പരീക്ഷ എന്ന വാക്കിന്റെ അർത്ഥം എന്താണ്?

1. **ഇന്റർവ്യൂ പരീക്ഷ എന്ന വാക്കിന്റെ അർത്ഥം എന്താണ്?**

   ഇന്റർവ്യൂ എന്നത് ഒരു ഇംഗ്ലീഷ് പദമാണ്. (ENTRE, VOLRE) എന്നീ രണ്ട് ഫ്രഞ്ച് പദങ്ങളിൽ നിന്നാണ് ഈ വാക്ക് ഉരുത്തിരിഞ്ഞത്. വിശദമായി നേരിൽ എന്നാണ് ഇതിന്റെ അർത്ഥം. ഒരു പ്രത്യേക തൊഴിലിനോ ഒരു പ്രത്യേക ബിരുദത്തിനോ സർട്ടിഫിക്കറ്റിനോ ഒരാൾ യോഗ്യനാണോ എന്ന് നിർണ്ണയിക്കുന്നതിന് നടത്തുന്ന കൂടിക്കാഴ്ച അല്ലെങ്കിൽ അഭിമുഖ സംഭാഷണം എന്നും ഇതിനെ വിശദീകരിക്കാം.

2. **ഇന്റർവ്യൂ പരീക്ഷയ്ക്ക് പോകുമ്പോൾ വസ്ത്രധാരണം എങ്ങനെ ആവണം?**

   തൊഴിലിന് പറ്റിയതാവണം വസ്ത്രധാരണം. എൻജിനീയർക്കും മെക്കാനിക്കിനും ഓവർസിയർക്കും സ്കിൽഡ്വർക്കർക്കും ഒക്കെ പാന്റും ഷർട്ടും ആവാം വേഷം. എന്നാൽ ടീച്ചർ ജോലിക്ക് ചെല്ലുന്ന യുവതി സിനിമാതാരത്തെപ്പോലെ ഗ്ലാമർ വേഷത്തിൽ പ്രത്യക്ഷപ്പെടുന്നത് അത്ര നന്നല്ല.

3. **ഇന്റർവ്യൂ പരീക്ഷയും തിയറി പരീക്ഷക്കുശേഷം നട**

ത്താറുള്ള (വൈവവോസി)പരീക്ഷയും തമ്മിൽ വ്യത്യാസമുണ്ടോ?

വൈവവോസി എന്നതിന്റെ അർത്ഥം വാചാ, വാങ്മൂല എന്നൊക്കെയാണ്. വാങ്മൂല പരീക്ഷയാണ് വൈവവോസി. എന്നുവെച്ചാൽ ചോദ്യങ്ങൾ നേരിട്ട് ചോദിക്കുക, ഉത്തരം നേരിട്ട് കേൾക്കുക. പ്രധാനപ്പെട്ട എല്ലാ തിയറി പരീക്ഷകൾക്കും പ്രാക്ടിക്കൽ(പ്രായോഗിക)പരീക്ഷകൾക്കും ശേഷം വൈവ വോസികൂടിക്കാണും. ഒരു തരത്തിലുള്ള ഇന്റർവ്യൂ തന്നെയാണ് ഇതും. വൈവവോസിയിൽ ശാരിരിക സൗന്ദര്യമോ വൈരൂപ്യമോ കാര്യമായി പരിഗണിച്ചുവെന്ന് വരില്ല. ഒരാൾക്കുള്ള പൊതുഅറിവും വിശിഷ്ടജ്ഞാനവും ആണ് വൈവാവോസിയിലൂടെ നിർണ്ണയിക്കുന്നത്. ഇന്റർവ്യൂവിൽ ശാരീരിക പ്രത്യേകതകൾ, പെരുമാറ്റരീതി, ജാതി ഇതൊക്കെ പരിഗണിച്ചു എന്നു വരാം.

4. **ഇന്റർവ്യൂ പരീക്ഷക്ക് എങ്ങനെ ഒരുങ്ങണം?**

വിശിഷ്ടജ്ഞാനം നേടിയ വിഷയം, പ്രത്യേകപരിശീലനം നേടിയ തൊഴിൽ, ജോലിചെയ്യുന്ന സ്ഥാപനത്തെപ്പറ്റിയുള്ള വിവരങ്ങൾ, പൊതുവിജ്ഞാനം, നാട്ടിലും ലോകത്തിലും നടക്കുന്ന ദൈനംദിന വിശേഷങ്ങൾ, വർത്തമാന സംഭവങ്ങൾ എന്നിവയെപ്പറ്റിയെല്ലാം ചോദിക്കാവുന്ന ചോദ്യങ്ങൾക്ക് മറുപടി പറയാൻ കഴിയണം. ഇന്റർവ്യൂവിന് ചെല്ലുന്ന ആളുടെ ഇഷ്ടാനിഷ്ടങ്ങളെ വിലയിരുത്തുവാൻ വേണ്ടി എന്താണ് നിങ്ങളുടെ ഹോബി (വിശ്രമവേളയിലെ വിനോദപ്രവൃത്തി) എന്ന് ചോദ്യം ചോദിക്കാം. അതിന് ഉത്തരം പറയാൻ ഒരുങ്ങി പോകണം.

5. **ഇന്റർവ്യൂവിന് പൊതുവിജ്ഞാനത്തിൽ നിന്നും ആധുനിക സംഭവങ്ങളിൽനിന്നും സാധാരണ ചോദിക്കാറുള്ള ചോദ്യങ്ങൾ ഏതൊക്കെയാണ്?**

പൊതുവിജ്ഞാനത്തിൽ നിന്ന് എല്ലാവരും ഓർത്തിരിക്കേണ്ട പരമപ്രധാനമായ കാര്യങ്ങളാണ് സാധാരണ ചോദിക്കുക. ആധുനിക സംഭവങ്ങളിൽ പോയ രണ്ട് വർഷത്തിനകം നടന്നിട്ടുള്ളതേ സാധാരണ ചോദിക്കൂ.

6. ഇന്റർവ്യൂ പരീക്ഷയ്ക്കു പോകുമ്പോൾ എന്തെല്ലാം കൊണ്ടുപോകണം?

സർട്ടിഫിക്കറ്റുകളുടെ അസൽ കൂടെ കൊണ്ടുപോകണം. ചോദിച്ചാൽ ഉടൻ കാണിക്കാൻ പാകത്തിൽ അവ അടുക്കും ചിട്ടയോടും കൂടി അടുക്കി ഒരുക്കി വെച്ചിരിക്കണം. കൂളിങ്ങ് ഗ്ലാസ്, ബാഗ്, പൊങ്ങച്ചസഞ്ചി, കുട, പെൻസിൽ എന്നീ സാധനസാമഗ്രികൾ ഇന്റർവ്യൂ നടക്കുന്ന മുറിയിലേക്ക് കൊണ്ടു പോകേണ്ട. അനാവശ്യ സാധനങ്ങൾ ഇന്റർവ്യൂ നടത്തുന്നവരുടെ മുമ്പിലുള്ള മേശപ്പുറത്ത് ഇടുന്നതും മോശമാണെന്ന് മറക്കാതിരിക്കുക.

7. ഇന്റർവ്യൂ പരീക്ഷയ്ക്ക് പോകുമ്പോൾ ഡ്രസ് എങ്ങനെ ഇരിക്കണം?

1. ഡ്രസ് മുഷിഞ്ഞതാവരുത്. വെളുപ്പിക്കാത്ത ജഗന്നാഥൻ കോടി മുണ്ട്, കടും നിറത്തിലുള്ള വസ്ത്രങ്ങൾ എന്നിവ ഒഴിവാക്കാം.
2. ഷർട്ടും മുണ്ടും ധരിച്ച് ശീലിച്ച ഒരാൾ ഇന്റർവ്യൂവിന് പാന്റും ഷർട്ടും ധരിച്ച് പോകുന്നെങ്കിൽ ഒരാഴ്ചയെങ്കിലും അത് ധരിച്ച് ശീലിക്കാൻ മറക്കരുത്.
3. മുഷിഞ്ഞതും കീറിയതുമായ അടിവസ്ത്രങ്ങൾ, ഓട്ടയുള്ള സോക്സ് ഇതൊക്കെ ഇന്റർവ്യൂവിന് ചെല്ലുന്ന ആളുടെ മതിപ്പ് കുറക്കും. സൗന്ദര്യവർദ്ധകവസ്തുക്കൾ വാരിക്കോരി തേച്ചും പൂശിയും വെളുക്കാൻ തേച്ചത് പാണ്ടാക്കരുത്. നിങ്ങൾ കടന്നു ചെല്ലുമ്പോഴേ സുഗന്ധലേപനങ്ങളുടെ രൂക്ഷഗന്ധം മുറിയിൽ വ്യാപിക്കേണ്ടതില്ല. എല്ലാം സാധാരണപോലെ മിതമായി മാത്രം ഉപയോഗിക്കുക. കാൽ മണിക്കൂർ മുമ്പെങ്കിലും ഇന്റർവ്യൂ നടത്തുന്ന സ്ഥലത്ത് എത്തിയിരിക്കണം.

8. ഇന്റർവ്യൂ പരീക്ഷ നടക്കുന്ന മുറിയിലേക്ക് കടക്കുമ്പോൾ വല്ലാതെ പകക്കാതിരിക്കാനും പരിഭ്രമിക്കാതിരിക്കാനും എന്തു ചെയ്യണം?

1. ദീർഘമായി ശ്വാസോച്ഛ്വാസം നടത്തുക.

2. കഴിഞ്ഞുപോയതോ വരാനിരിക്കുന്നതോ ആയ ആനന്ദകരമായ സംഭവങ്ങളെപ്പറ്റി ചിന്തിക്കുക.
3. ഇന്റർവ്യൂവിന് വന്നിട്ടുള്ള മറ്റ് ആളുകളുമായി ആശയവിനിമയം നടത്തുക.
4. തണുത്തവെള്ളം കുടിക്കുക, മുഖത്തൊഴിക്കുക.
5. ചുണ്ടിൽ മന്ദസ്മിതം വിടർത്തുക.

9. ഇന്റർവ്യൂ നടത്തുന്നവരുടെ മുമ്പിലെത്തുമ്പോൾ അവരെ എങ്ങനെ അഭിവാദനം ചെയ്യണം?

ഒന്നുകിൽ നമസ്കാരം സാർ എന്ന് പറഞ്ഞ് കൈകൂപ്പുക. അല്ലെ ങ്കിൽ സമയത്തിനനുസരിച്ച് ഗുഡ്മോർണിങ്ങ്/ഗുഡ് ആഫ്ടർനൂൺ/ഗുഡ് ഈവനിങ്ങ് എന്ന് തല അല്പം കുനിച്ച് പറയുക. അല്ലാതെ സാഷ്ടാംഗ നമസ്കാരമോ കാലിപിടിക്കലോ മറ്റ് കോമാളിത്തരമോ ഒന്നും ആവശ്യമില്ല. ഇരിക്കാൻ പറഞ്ഞാൽ കസേരയിൽ ചാരി ഇരിക്കണം. ഇരുന്നാൽ നഖം കടിക്കരുത്, തലയിൽ വിരലോടിക്കരുത്, ഷർട്ടിന്റേയോ, സാരി യുടേയോ തുമ്പ് പിടിക്കരുത്. ചോദ്യം ചോദിക്കുന്ന ആളിന്റെ മുഖത്തു നോക്കി പരിഭ്രമിക്കാതെ മറുപടി പറയണം. ഏതെങ്കിലും ചോദ്യത്തിന് ഉത്തരം അറിയില്ലെങ്കിൽ അത് തുറന്നു പറയാം. എല്ലാം തികഞ്ഞവനാണെന്നും എല്ലാം അറിയുന്നവനാണെന്നും അഹങ്കരിക്കാതിരിക്കുക.

10. ഇന്റർവ്യൂ പരീക്ഷയ്ക്ക് ചോദ്യങ്ങൾക്ക് ഉത്തരം പറയുമ്പോൾ എന്തെല്ലാം ശ്രദ്ധിക്കണം

1. വേണ്ടത്ര ഉച്ചത്തിൽ വ്യക്തമായി ഉച്ചാരണ ശുദ്ധിയോടെ ഉത്തരം പറയണം
2. ഉത്തരം പറയുമ്പോൾ ധൃതിപ്പെടാതിരിക്കുക.
3. ഒറ്റവാക്കിലുള്ള ഉത്തരം ഒഴിവാക്കുക. ഉത്തരം ഒരു വാചകത്തിൽ പറയുക
4. തന്നെ തന്നെ വാഴ്ത്തി സ്തുതിക്കാതിരിക്കുക
5. സാർ, സാർ ഇങ്ങനെ ഉത്തരത്തോടൊപ്പം വൃഥാ ആവർത്തിച്ചു പറയാതിരിക്കുക

6. ഇന്റർവ്യൂ നടത്തുന്നവരുമായി തർക്കിക്കരുത്. പറയാനുള്ളത് സൗമ്യമായും ശാന്തമായും പ്രസന്നഭാവത്തിൽ വ്യക്തമായി കൃത്യമായി പറയുക

11. ഇന്റർവ്യൂ തീർന്നാൽ എന്തു പറയണം?

ഇന്റർവ്യൂ നടത്തുന്നവർക്ക് നന്ദിപറഞ്ഞ് സർട്ടിഫിക്കറ്റുകൾ എല്ലാം എടുത്ത് തിരിഞ്ഞുനോക്കാതെ മുറിക്കുള്ളിൽ നിന്നും പുറത്ത് കടക്കുക.

19

പരീക്ഷയിലെ പരാജയം

അവർ എന്തുകൊണ്ട് പരീക്ഷയിൽ തോറ്റു? തോറ്റാൽ പിന്നെ എന്തു ചെയ്യണം?

ഒരു പഴയ തറവാട്. ദ്രവിച്ച തൂണുകൾ. വളഞ്ഞ കഴുക്കോലുകൾ. മുറിയാറായി നില്ക്കുന്ന പട്ടികപ്പുറത്ത് വീണുടയാൻ നേരം പാർത്ത് ഏങ്കോണിച്ചിരിക്കുന്ന ഓടുകൾ.

പൂതലിച്ച പടിപ്പുര. അതിനുതാഴെ തലകുനിച്ച് മുട്ടിൻമേൽ മുഖം താങ്ങി തെക്കോട്ടു നോക്കി കുമ്പിട്ടിരിക്കുന്ന സ്ക്കൂൾ കുട്ടി. ഇക്കഴിഞ്ഞ എസ് എസ് എൽ സി പരീക്ഷയിൽ പരാജയപ്പെട്ട ആയിരങ്ങളിൽ ഒരാൾ.

പതിവുപോലെ പരീക്ഷാഫലം പുറത്തുവന്നപ്പോൾ പത്രങ്ങളിൽ പ്രശസ്ത വിജയം നേടിയവരുടെ മഹാത്മ്യത്തെയും ഇഷ്ടാനിഷ്ടങ്ങളെയും പറ്റിയെല്ലാം വിശദമായി പ്രതിപാദിച്ചിരുന്നു. ഇത് വേണ്ടാത്തതാണെന്നല്ല പറഞ്ഞുവരുന്നത്. പ്രത്യുത തോറ്റവരെപ്പറ്റിയോ അവരുടെ തോല്‌വിയുടെ അടിസ്ഥാനകാരണങ്ങളെപ്പറ്റിയോ അന്വേഷിക്കാൻ നാം മിനക്കെടാറില്ല എന്ന വസ്തുത ചൂണ്ടിക്കാണിക്കാനാണ്. ഈ വഴിക്കുള്ള ഒരു ആരംഭമായിട്ടെന്നോണം ഞാൻ പിന്നിൽനിന്നും പരാജയപ്പെട്ട കുട്ടിയെ സൂക്ഷ്മമായി നോക്കി. മെലിഞ്ഞ ദേഹപ്രകൃതി. മുഷിഞ്ഞമുണ്ട്. ചപ്രത്തല.

അവൻ എന്തൊക്കെയോ ചിന്തിച്ച് സങ്കടപ്പെടുന്നു. ഇടയ്ക്കിടെ നില ത്തുനിന്ന് ഓരോ കൊച്ച് കല്ല് പെറുക്കി അലസമായി മുന്നിലേക്ക് ഇട്ടു കൊണ്ടിരിക്കുന്നു.

ഇവനെ ഞാൻ മനസ്സിലാക്കാൻ ശ്രമിച്ചപ്പോൾ എങ്ങനെ ഇവൻ തോറ്റു എന്ന് ബോദ്ധ്യപ്പെട്ടു.

വീഴാറായി നില്ക്കുന്ന വീട്, വഴക്ക് കൂടുന്ന അച്ഛനമ്മാർ. അവരുടെ മൂത്തമകൻ. അവന്റെ താഴെ ഏഴുപേർ. ഇളയകുട്ടിക്ക് പ്രായം ആറ് മാസം. മഴക്കാലമായാൽ ദാരിദ്ര്യത്തിന് പുറമെ ഒരു കുട്ടിക്കല്ലെങ്കിൽ മറ്റൊരു കുട്ടിക്ക് അസുഖവും. അമ്മയുടെ അങ്കലാപ്പ് കാണുമ്പോൾ അവൻ തന്നെ ആശുപത്രിയിലും പോകണം.

ചിലപ്പോൾ അതിരാവിലെ തന്നെ അച്ഛൻ വിളിച്ചുണർത്തി പറയും:- "ഇന്ന ആളുടെ അടുത്തുവരെ പോകണം". കടം ചോദിക്കാനാണ്. മൂന്നോ നാലോ മാസം കഴിഞ്ഞ് വിളയാനി രിക്കുന്ന വിളവ് കണ്ട വിലയ്ക്ക് വില്ക്കാമെന്ന വാഗ്ദാനം നല്കി മുൻകൂർ കടം വാങ്ങാൻ.

വീട്ടിൽ എന്നും പൈസക്ക് ബുദ്ധിമുട്ടാണ്. പലപ്പോഴും പുസ്തകം വാങ്ങാൻ പോലും നേരത്തിന് കാശ് കിട്ടുകയില്ല. കുറച്ച് നിലമുണ്ട്. കൃഷിയിറക്കുന്ന കാലത്ത് കൂലിക്കാരുടെ കൂടെ അവനും പണിക്കിറങ്ങും. ആ ദിവസങ്ങളിൽ പലപ്പോഴും പള്ളിക്കൂടത്തിൽ പോവുകയില്ല.

വേനലായാൽ തേവിന്റെ ഭാരം അവന്റെ തലയിലാണ്. കോഴി കൂവുമ്പോൾ എഴുന്നേല്ക്കും. തവിട് കലക്കി ചൂടാക്കി മൂരി കൾക്ക് വെള്ളം കൊടുത്ത് തേവാൻ പോകും. തേവ് തീരുമ്പോൾ പലപ്പോഴും പതിനൊന്ന് പതിനൊന്നരയാവും. പിന്നെ സ്കൂ ളിലേക്ക് കൈയിൽ കിട്ടിയ പുസ്തകവുമെടുത്ത് ഒരു മരണ പ്പാച്ചിലാണ്. അവിടെ എത്തുമ്പോൾ ക്ലാസ് ടീച്ചറുടെ ചാടിക്കലും കൂട്ടുകാരുടെ കളിയാക്കലും.

വൈകുന്നേരം വീട്ടിലെത്തുമ്പോൾ പലപ്പോഴും കാണുക കുടിച്ച് ലക്കു തെറ്റി നിന്ന് കലിതുള്ളുന്ന അച്ഛനെയാവും. പിന്നെ അടിപിടി, കൂട്ട നിലവിളി.

ഈ പരിത:സ്ഥിതിയിൽ മുളയിലേ കരിയുന്ന ഈ കുട്ടിയോട് എന്തു പറഞ്ഞാണ് ഞാൻ ആശ്വസിപ്പിക്കുക?

ഏത് വിഷയത്തിലാവും തോറ്റിരിക്കുക? വെറുതെ ഞാൻ വിഷയം മാറ്റാൻ ചോദിച്ചു.

"ഇംഗ്ലീഷിൽ"

പിന്നെ ഏത് വിഷയമാണ് പ്രയാസം?

"ഹിന്ദി"

പിന്നെ എന്താണ് ചോദിക്കേണ്ടതെന്നറിയാതെ ഞാൻ നിന്ന് വിയർത്തു. എന്റെ വിഷമം മനസ്സിലാക്കിയിട്ടോ എന്തോ അവൻ പറഞ്ഞു–

"ഞാൻ പഠിച്ച് വലിയ ആളാവണമെന്നുണ്ട് അച്ഛന്. മൂന്നു മാസം എനിക്ക് ഒഴിവ് തരാമെന്ന് പറഞ്ഞിരിക്കുന്നു. എങ്കിൽ ഞാൻ ജയിക്കും. ആരുമില്ലാത്ത എനിക്ക് ഈശ്വരനുണ്ടാവും തുണ – ഞാൻ ജയിക്കും."

ഒരിക്കലും തളരാത്ത ആത്മവിശ്വാസം നിനക്ക് എന്നും കൂട്ടായിരിക്കട്ടെ കുട്ടി. നീ ജയിക്കാതിരിക്കില്ല.

പക്ഷേ, ഇവനെപ്പോലെ നരകിക്കുന്നവരിൽ എത്ര പേർക്ക് കാണാം ഈ ധീരത. ജീവിതത്തെ ഭയപ്പെടാതിരിക്കാനുള്ള ധീരത. ഒറ്റക്ക് മുന്നേറുവാനുള്ള സാഹസികത. ഇത് വറ്റിവറ്റിവരുന്ന ഈ കാലഘട്ടത്തിൽ ഈ കുട്ടി ഒറ്റപ്പെട്ടുനില്ക്കുന്നു.

ജീവിതത്തിൽ നരകിക്കുന്നവർ പരീക്ഷയിൽ പരാജയപ്പെടാതിരിക്കുമോ. പരാജയപ്പെടുന്നവർ മുഴുവൻ നരകിക്കുന്നവരാണോ? അല്ലെന്നുള്ളതിന് ഉദാഹരണമാണ് ശ്രീലത.

അച്ഛന് കച്ചവടം. അമ്മ ടീച്ചർ. ചേട്ടന് ബാങ്കിൽ ജോലി. ഒന്നിനും അല്ലലില്ല. പക്ഷേ, കുട്ടിക്ക് താല്പര്യം പഠിപ്പിലല്ല. അണിഞ്ഞൊരുങ്ങി പരിഷ്കാരിയായി നടക്കണം. നേരം കിട്ടുമ്പോഴെല്ലാം സിനിമാനടിനടന്മാരുടെ വിവരങ്ങൾ വായിച്ചറിഞ്ഞ് ഓർമ്മയിൽ സൂക്ഷിക്കാൻ മനസ്സുവെക്കുന്നു. സൗന്ദര്യപ്രശ്നങ്ങൾക്കാണ് കുട്ടി പരിഹാരം തേടുന്നത്.

"പഠിക്കാൻ ബുക്കെടുത്താൽ ഉറക്കം വരും". ആ കുട്ടി പറഞ്ഞു.

"പിന്നെ എങ്ങനെ പത്താം ക്ലാസിൽ എത്തി?"

അതാണ് എനിക്കും അതിശയം. ഞാൻ ഒരു ക്ലാസിലും പഠിച്ചിട്ടില്ല. എന്നിട്ടും ഞാൻ പത്താം ക്ലാസിൽ എത്തി.

പെൺകുട്ടി പൊട്ടിച്ചിരിച്ചു. നമ്മുടെ വിദ്യാഭ്യാസരംഗത്തെ

ഓൾപാസ് സമ്പ്രദായത്തിന്റെ മുഖത്തു നോക്കിയല്ലേ ഈ കുട്ടിയുടെ പരിഹാസച്ചിരി!

പരീക്ഷയിലെ രക്തസാക്ഷികളിൽ ഇനിയും പലതരക്കാരുണ്ടാവും. എല്ലാവരും തോല്‌വിയുടെ തീവെയിലിൽ കിടന്ന് പിടയുന്നവരാണ്. എന്നും എന്നപോലെ ഇന്നും മനുഷ്യജീവിതം കിണ്ണത്തിന്റെ വക്കത്ത് വെച്ച കടുകുമണിപോലെയാണ്. ഏതോ താളത്തിന് ഒത്ത് നീങ്ങുന്ന അതിന്റെ ഗതിയിൽ എപ്പോഴും അപകടം പതിയിരിക്കുന്നു. നോട്ടം തെല്ലൊന്ന് തെറ്റിയാൽ മതി അത് പാളം തെറ്റി വീഴും. നേർത്ത നൂൽപ്പാലത്തിലൂടെയുള്ള അതിന്റെ പോക്ക് ഒരുതരം ഞാണിൻമേൽ കളിതന്നെയാണ്. കാലത്തിനനുസരിച്ച്, ചുറ്റുപാടുകൾക്കൊത്ത്, സഹയാത്രികരുടെ രൂപഭാവങ്ങൾക്കനുസൃതമായി നമ്മളോരോരുത്തരും ഈ കളി കളിക്കാൻ വിധിക്കപ്പെട്ടിരിക്കുന്നു. നിമിഷംപ്രതിയെന്നോണം കണ്ടുപിടിത്തങ്ങൾ നടത്തി മനുഷ്യൻ സുഖസൗകര്യങ്ങൾ ഇത്രമേൽ വർദ്ധിപ്പിച്ചുവെങ്കിലും ജീവിതം എന്ന ഞാണിൻമേൽകളി മറ്റെന്നത്തേക്കാളുമേറെ സങ്കീർ ണ്ണവും ആശങ്കാകുലവും സങ്കടകരവുമാവുകയാണ്. സങ്കടം സഹിക്കാനാവാതെ ചിലർ വിധിയെ പഴിക്കുന്നു. ഒരാശ്വാസത്തിനുവേണ്ടി. ഒരു നിൽക്കക്കള്ളിക്കുവേണ്ടി, പക്ഷേ, വിധിയാണോ നമ്മുടെ ജീവിതത്തെ അപ്പാടെ നിയന്ത്രിക്കുന്നത്? നമുക്കതിൽ പങ്കൊന്നുമില്ലേ? തീർച്ചയായും ഉണ്ട്. വിധി എന്നൊന്ന് ഉണ്ടോ എന്നുപോലും ഇന്ന് നമുക്ക് അറിഞ്ഞുകൂടാ. അപ്പോൾ അറിയാൻ പാടില്ലാത്ത കാണാനാവാത്ത ഈ അത്താണിയിൽ എല്ലാ ഭാരവും ഇറക്കിവെച്ച് കൈകഴുകുന്നത് ഒരൊളിച്ചോട്ടം മാത്രമാണ്. ഭീരുവിന്റെ ഒളിച്ചോട്ടം – പിൻവാങ്ങൽ. വിധി ഉണ്ടോ ഇല്ലയോ എന്നതു പ്രശ്നമാക്കേണ്ടതില്ല. നമുക്ക് നമ്മുടെ ജീവിതം നിയന്ത്രിക്കാൻ കഴിയും. നാം അതിന് മനസ്സ് വെക്കണം എന്നു മാത്രം.

തിരുവനന്തപുരം നഗരപരിസരങ്ങളിലൂടെ നിങ്ങൾ കാൽനടയായി സഞ്ചരിച്ചിട്ടുണ്ടോ? അല്ലെങ്കിൽ നിങ്ങളുടെ ഗ്രാമത്തിലെ ഇടവഴികളിലൂടെ നടന്നിട്ടുണ്ടോ? ഉണ്ടെങ്കിൽ ഭൂപ്രകൃതി ശ്രദ്ധിച്ചിട്ടുണ്ടോ? ഒരു കയറ്റം, പിന്നെ ഒരിറക്കം, പിന്നെ വയൽ, തോട്, പാലം അങ്ങനെ പോകും. കയറ്റവും ഇറക്കവും ജീവിത യാത്രയെ അനുസ്മരിപ്പിക്കുന്നു. ഒരു കയറ്റം കഴിഞ്ഞാൽ പിന്നെ ഇറക്കം

– രാത്രി കഴിഞ്ഞാൽ പകൽ എന്നപോലെ. പക്ഷേ, കഷ്ടം! ചിലർ രാത്രിയുടെ കൂരിരുട്ടിൽ അകപ്പെട്ട് നട്ടം തിരിയുമ്പോൾ ഈ രാവ് തീരുമെന്നും പുലരി വന്നെത്തുമെന്നും ഉള്ള പ്രത്യാശയിൽ പോലും വിശ്വാസം വരാതെ വെറുതെ കിടന്ന് വാവിട്ട് കരയുന്നു. അതുപോലെ തന്നെ ജീവിതത്തിലെ കുത്തനെയുള്ള കയറ്റങ്ങളുടെ നെറുകയിലേക്ക് തീവെയിലത്ത് വിയർത്തൊലിച്ച് കയറേണ്ടിവരുമ്പോൾ ഈ കയറ്റത്തിനൊരിറക്കമുണ്ടാവുമെന്ന ആശ്വാസത്തിന്റെ കുളിർമ്മ പോലും ഉൾക്കൊള്ളാനാവാത്ത ജീവിതത്തിന്റെ പെരുവഴിയിൽ പിടഞ്ഞു വീഴുന്നു.

ജീവിതത്തിൽ പലപ്പോഴും വീഴ്ച അനിവാര്യമാണെന്ന് വരാം. ജീവിതം ഒരു യാത്രയല്ലെ? യാത്രയിൽ നടക്കേണ്ടിവരും. നടക്കുമ്പോൾ ചിലപ്പോൾ വീഴും. അതൊരു പ്രകൃതിനിയമം പോലെയാണ് എന്നുവെച്ച് നടക്കാതിരുന്നാലോ? പിന്നെ ജീവിതമുണ്ടോ? ചലനമാണ് ജീവിതം. ചലനമില്ലാതെ ജീവിതമില്ല. നിശ്ചലത മരണമാണ്.

ജീവിതത്തിൽ ഒന്നെങ്കിലും വീഴാത്തവർ ഉണ്ടാവുമോ? ഇല്ല. പക്ഷേ, വീണവർ എല്ലാവരും എഴുന്നേല്ക്കുന്നില്ല. ചിലർ സർവ്വ ശക്തിയും പ്രയോഗിച്ച് പിടഞ്ഞ് എഴുന്നേല്ക്കും. മറ്റു ചിലരാകട്ടെ വീണിടത്ത് കിടന്ന് വാവിട്ട് കരയും. ഈ ആത്മാലാപം ആരിലും അലിവ് തോന്നിപ്പിക്കുകയില്ല. എന്നല്ല പലരിലും ഇത് വെറുപ്പാണ് ഉളവാക്കുക. സദാ ആത്മാലാപം നടത്തുന്ന ഒരാളെ അന്യൻ അവജ്ഞയോടെ മാത്രമേ നോക്കൂ. അതുകൊണ്ട് വീഴുമ്പോൾ ആത്മാലാപനത്തിലൂടെ അന്യന്റെ കാരുണ്യത്തിന് പിച്ചച്ചട്ടി നീട്ടുന്നതിനു പകരം നാം നമ്മളിലേക്ക് തന്നെ നോക്കുകയാണ് വേണ്ടത്. നമ്മെ ഉയിർത്തെഴുന്നേല്പിക്കാനുള്ള ആത്മശക്തി നമ്മളിൽ തന്നെയാണ് ഉള്ളത്. അത് നാം കണ്ടെത്തുകയും ഉൾക്കൊള്ളുകയും സന്ദർഭാനുസരണം പ്രയോഗിക്കുകയുമാണ് വേണ്ടത്. നാം തന്നെയാണ് നമ്മുടെ ഒന്നാമത്തെ ആത്മാർത്ഥ ബന്ധു. നാം തന്നെയാണ് നമ്മുടെ ഒന്നാമത്തെ ശത്രുവും. വീഴുമ്പോൾ നാം നമ്മെ ഉയിർത്തെഴുന്നേല്പിക്കുന്ന ആത്മാർത്ഥ ബന്ധുവായി തീരാനാണ് ശ്രമിക്കേണ്ടത്. വീണിടത്തുനിന്ന് എഴുന്നേല്ക്കാനുള്ള ബാദ്ധ്യത നാം തന്നെ ഏറ്റെടുക്കണം. ആ ബാദ്ധ്യത അങ്ങേയറ്റത്തെ ആത്മാർത്ഥതയോടെ

നിറവേറ്റുകയും വേണം. അതിന് ശക്തി വേണം. ബലം വേണം. വീണുകിടക്കുന്ന നേരത്ത് എഴുന്നേല്ക്കാൻ ബലം കിട്ടേണ്ടത് ശരീരത്തിനാണല്ലോ. ഈ ബലം നാം നമ്മുടെ ആത്മബല ത്തിൽനിന്ന് നേടണം. ഒരിനം ബലത്തിൽ നിന്നേ വേറൊരിനം ബലം കിട്ടൂ. അത് ഒരു പ്രകൃതി നിയമമാണ്.

എങ്ങനെയാണ് ആത്മബലത്തിൽനിന്ന് ബലം നേടുക? ആത്മബലത്തിന്റെ ഊക്കും ആക്കവും എത്രത്തോളം? നമുക്ക് നിലനില്ക്കുവാനും വളരാനും ജീവിതമത്സരത്തിൽ മുന്നേറു വാനും ഉള്ള ശക്തിസ്രോതസായി ആത്മബലത്തെ എങ്ങനെ മാറ്റാം. ആത്മബലത്തോളം വലിയ സ്വത്ത് മറ്റെന്തെങ്കിലും ഉണ്ടോ? ആത്മബലം കൊണ്ട് കീഴടക്കാൻ കഴിയാത്തതോ നേടു വാനാവാത്തതോ ആയി എന്തെങ്കിലും ഉണ്ടോ? ഇല്ലെങ്കിൽ ഈ വിലമതിക്കാനാവാത്ത സമ്പത്ത് നേടാൻ എന്തുചെയ്യണം? ഈ ചോദ്യങ്ങൾക്കും ഇതുപോലുള്ള മറ്റനേകം ജീവിതസ്പർശിയായ ചോദ്യങ്ങളും ജീവിതാനുഭവങ്ങളെ ആസ്പദമാക്കി ഉത്തരം കണ്ടെത്തുവാനാണ് ഇവിടെ ശ്രമിക്കുന്നത്.

ജീവിതത്തിൽ ജയം പോലെതന്നെ തോല്‌വിയും സ്വാഭാവി കമാണ്. ജയം നമ്മെ ഉയർത്തുമ്പോൾ പരാജയം നമ്മെ താഴ്ത്തു ന്നു. തളർത്തുന്നു. ഈ തളർച്ച ചിലരെ തകർക്കുന്നു എന്ന താണ് ഏറെ പരിതാപകരം. അപൂർവ്വം ചിലരാകട്ടെ തോല്‌വി യുടെ തളർച്ചയെ അതിജീവിച്ചുകൊണ്ട് ശക്തിയിലേക്കും ഉയർച്ച യിലേക്കും കുതിക്കുന്നു. തളർച്ച കൊണ്ട് തകരുകയല്ല തളിർക്കു കയാണ് ജീവിതം ഇവിടെ.

തോല്‌വിയുടെ തളർച്ച ജീവിതത്തെ തകർച്ചയിലേക്ക് വലി ച്ചിഴയ്ക്കുമ്പോൾ നമുക്ക് ഒരേ തുണ നമ്മുടെ ആത്മബലം മാത്ര മാവും.അതുകൊണ്ട് ആത്മബലത്തിന്റെ ശക്തി തീവ്രതയും പ്രകൃ തവും പ്രായോഗിക പ്രയോജനവും പ്രയോഗതന്ത്രവും മനസ്സി ലാക്കുക.

നീന്തലറിയാത്ത ഒരാൾ നിലയില്ലാത്ത ജലാശയത്തിൽ വീഴു ന്നുവെന്ന് കരുതുക. അയാൾ ആത്മബലമുള്ള ആളാണെങ്കിൽ വീർപ്പുമുട്ടി പിടയുമ്പോഴും രക്ഷപ്പെടാനൊരു പിടിവള്ളിയാവും തിരയുക. എന്തുവന്നാലും രക്ഷപ്പെടും എന്ന വെല്ലുവിളിയോടെ കൈകാലിട്ടടിക്കുകയും മരണനിലവിളി മുഴക്കുകയും ചെയ്യും.

ഇങ്ങനെ കൈകാലിട്ടടിക്കുന്നതിനിടയിൽ നീന്തൽതന്നെ സ്വയം പഠിച്ചുകൂടെന്നില്ല. അല്ലെങ്കിൽ തന്നെ ഉച്ചത്തിലുള്ള മരണക്കരച്ചിൽ കേട്ട് ആരെങ്കിലും സഹായത്തിനെത്താതിരിക്കുമോ? ഇതൊന്നും സംഭവിച്ചില്ലെങ്കിൽ ആത്മബലം ജീവനെ രക്ഷിക്കാൻ ഏതെങ്കിലും ഒരു പൊങ്ങുതടിയിൽ എത്തിപ്പിടിക്കാതിരിക്കില്ല. എന്നാൽ ആത്മബലം ഇല്ലാത്ത ആളാണെങ്കിൽ വെള്ളത്തിൽ വീഴുമ്പോൾ ഇ പ്പോൾ മരിക്കും മരിക്കും എന്ന് ഭയന്നു തന്നെ മരിക്കും. ഇവിടെ ഭീരു മുങ്ങി മരിക്കും മുമ്പെ മരിക്കുന്നു. ധീരൻ ആത്മബലത്താൽ മരണത്തെപ്പോലും കീഴടക്കുന്നു. ആത്മബലത്തിന്റെ പ്രയോഗതന്ത്രത്തെപ്പറ്റി ആലോചിക്കുമ്പോൾ ഈ ലേഖകനുണ്ടായ ആദ്യത്തെ അനുഭവം കാലക്കടലിന്റെ അക്കരെനിന്നും ഓർമ്മയിൽ ഓടിയെത്തുകയാണ്. പണ്ട് കഴിഞ്ഞ ഒരു സംഭവം. അന്ന് സ്കൂൾ ഫൈനൽ പാസായാൽ പിന്നെ കോളേജിൽ ഇന്റർമീഡിയറ്റ് കോഴ്സാണ്.

ഒരു കുഗ്രാമത്തിൽ ഇടിഞ്ഞുപൊളിഞ്ഞ് വീഴാറായ ഒരു തറവാട്ടിൽ ജനിച്ച് നന്നേ കഷ്ടപ്പെട്ട് കഷ്ടിച്ച് പത്താം ക്ലാസ് പാസായി. പാസായെന്നുകേട്ടപ്പോൾ സഹായിക്കാനൊരാളുണ്ടായി. അദ്ദേഹം നല്ല നിലയിൽ പട്ടണത്തിൽ കഴിയുന്ന ആളായിരുന്നു. അച്ഛനോടുള്ള ഏതോ കടപ്പാടിന്റെ പേരിലാണ് എന്നെ മൂപ്പരുടെ വീട്ടിൽ പാർപ്പിച്ച് പഠിപ്പിക്കാം. എന്നേറ്റത്. അദ്ദേഹത്തിന്റെ മകനും ആ വർഷം തന്നെയാണ് കോളേജിൽ ചേർന്നത്. ഞങ്ങൾ സഹപാഠികളുമായി. അച്ഛന്റെ സ്നേഹിതന്റെ ഈ ഔദാര്യത്തിനു പിന്നിൽ മറ്റെന്തെങ്കിലുമുണ്ടാവുമെന്ന് ഞാൻ അറിഞ്ഞതേയില്ല. പക്ഷേ, അനുഭവിച്ചപ്പോൾ ഞാൻ അമ്പരന്നുപോയി. എനിക്ക് ചതി പറ്റി. എനിക്ക് വഴിതെറ്റി ഞാൻ ആ വീട്ടിൽ വേലക്കാരനാകേണ്ടിവന്നു. എന്റെ സഹപാഠിയായിരുന്ന അദ്ദേഹത്തിന്റെ മകന്റെ അടി കൊള്ളേണ്ടിവന്നു. കയ്പ്പ് നീരേ നിത്യം, കണ്ണുനീരേ നിത്യം അങ്ങനെയായിപ്പോയി ജീവിതം. ഞാൻ തോറ്റു ജീവിതത്തിലും പരീക്ഷയിലും.

മരമണ്ടനായതുകൊണ്ടാണ് ഞാൻ തോറ്റുപോയതെന്ന് എല്ലാവരും എന്നെ കുറ്റപ്പെടുത്തി. വീട്ടിൽ നിന്നുപോലും എന്നെ ഇറക്കിവിട്ടു. ഞാനനാഥനായി.

തോല്‌വിയുടെ തീയിൽ ഞാൻ വീണു. എന്റെ ഉള്ള് പൊള്ളി. ആത്മാവ് പിടഞ്ഞു. എന്റെ ആത്മബലം ഉണർന്നു. ഞാൻ ഒരി

ക്കൽക്കൂടി എന്റെ ജയാപജയങ്ങളുടെ കണക്കെടുത്തു. എവിടെ എനിക്ക് തെറ്റി എന്ന് കണ്ടെത്തി. തെറ്റ് തിരുത്താൻ ഞാൻ എന്ത് ആത്മത്യാഗത്തിനും തയ്യാറായി.

ഞാൻ വീണ്ടും പഠിക്കാൻ ഉറച്ചു. പണമില്ലാത്ത ഞാൻ. സ്നേഹിതരില്ലാത്ത ഞാൻ ആരുമാരും തുണയില്ലാത്ത ഞാൻ ചുമട് ചുമന്ന് ഉപജീവനം നടത്തുന്ന ഞാൻ. തെരുവ് തിണ്ണയിലും തീവണ്ടി ആഫീസിലും തലചായ്ക്കുന്ന ഞാൻ. ആ ഞാൻ പഠിക്കാൻതന്നെ ഉറച്ചു. തന്നത്താൻ തന്നെ പഠിക്കാൻ തീരുമാനിച്ചു.

പഠിത്തത്തിനു ഒരു പ്ലാനും പദ്ധതിയും സ്വയം കണ്ടെത്തി. പകൽ പണിയെടുക്കുക, രാത്രി പാതിരാവരെ തെരുവ് വിളക്കത്ത് പൊരിഞ്ഞ് പഠിക്കുക.

ഒരു സെപ്തംബർ പരീക്ഷയ്ക്കാണ് ഞാൻ ഇരുന്നത്.

പരീക്ഷാഫലം കാത്ത് കഴിയുന്ന ദിവസങ്ങളിലൊരു ദിനം രാവിലെ ഒരു മലയാള പത്രത്തിൽ ഞാനതു കണ്ടു – എന്റെ ഉള്ള് ആളി. ഞാൻ വല്ലാതെ പരിഭ്രമിച്ചു.

മദ്രാസ് യൂണിവേഴ്സിറ്റിയാണ് അന്ന് തൃശ്ശൂർ ഭാഗത്ത് സർവ്വകലാശാല പരീക്ഷകൾ നടത്തിയിരുന്നത്. അതുകൊണ്ട് തൃശ്ശൂരിൽ നിന്നുള്ള ആ മലയാളപത്രം തൃശ്ശൂർ സെന്ററിലെ മാത്രം പരീക്ഷാഫലമെ ചേർത്തിരുന്നുള്ളൂ. ആകപ്പാടെ കുറച്ച് നമ്പരുകൾ മാത്രം.

ഞാൻ മൂന്നാം ക്ലാസിൽ എന്റെ നമ്പർ നോക്കി. ഇല്ല, രണ്ടാം ക്ലാസിൽ നോക്കി. ഇല്ല. എന്റെ നമ്പർ, ഒരാശ്വാസത്തിനായി പാർട്ട് മാത്രം ജയിച്ച നമ്പറുകളിലെങ്കിലും എന്റേത് ഉണ്ടാകാതിരിക്കില്ലെന്ന് കരുതി നോക്കി. അതിലുമില്ല നമ്പർ!

എനിക്ക് തലകറങ്ങി. കണ്ണുകൾ മഞ്ഞളിച്ചു. കാലുകൾ കുഴയുന്നതു പോലെ.

ഇല്ല. ഞാൻ തോല്ക്കില്ല, തോറ്റില്ല – എന്റെ മന:സാക്ഷി മന്ത്രിച്ചുകൊണ്ടിരുന്നു. ആത്മബലത്താൽ ഞാൻ വീണ്ടുമുണർന്നു. ഞാൻ ഒരി ക്കൽകൂടി പത്രം കൈയിലെടുത്തു.

ഇതാ എന്റെ നമ്പർ ഒരു നക്ഷത്രം പോലെ വെട്ടിത്തിളങ്ങുന്നു. ക്ലാസിൽ പാസായിരിക്കുന്ന ഒരേ ഒരു നമ്പർ മാത്രം – എന്റേത് മാത്രം.

ആ നിമിഷത്തിന്റെ നിർവൃതിയിൽ ഞാനെത്രനേരം നിന്നു എന്നോർമ്മയില്ല. അന്ന് എന്റെ ആത്മാവ് എത്ര നേരം ഈശ്വര സന്നിധിയിൽ ലയിച്ചു ചേർന്നിരുന്നു എന്ന് ഓർമ്മയില്ല.

പിന്നേയും എത്രയോ പരീക്ഷകൾ എഴുതി. അഗ്നിപരീക്ഷ കൾ നേരിട്ടു. എന്നിരുന്നാലും അന്നത്തെ ആ പരീക്ഷയും പരീ ക്ഷാഫലവും മരിച്ചാലും മറക്കില്ല ഞാൻ. എന്റെ ആത്മബലം ഏറ്റവും ശക്തിയോടെ ആഞ്ഞടിച്ച ഒരു പരീക്ഷ തന്നെയായി രുന്നു അത്.

തോൽവി പരീക്ഷയിലാവണമെന്നില്ല. കച്ചവടത്തിലാവാം തോൽവി; വ്യവസായത്തിലാവാം തോൽവി; ജോലിയിലോ മനു ഷ്യബന്ധങ്ങളിൽ പോലുമോ ആവാം പരാജയം. പരാജയം എവി ടെയായിരുന്നാലും എത്രമേൽ അഗാധമായിരുന്നാലും അടിപത റാതെ അതിനെ ആത്മബലത്താൽ നേരിടുക. പരാജയകാരണം ആലോചിച്ചാലോചിച്ച് കണ്ടെത്തുക. പരാജയകാരണം ബോദ്ധ്യ മായാൽ ഇനി ഞാൻ തോൽക്കില്ല. ഞാൻ ജയിക്കും, അവസാനം ഞാൻ ജയിക്കും തീർച്ച എന്ന് ഒരു മന്ത്രം പോലെ നൂറുവട്ടം ഉണർവ്വിലും ഉറക്കത്തിലും ഉരുവിടുക. അപ്പോൾ ആത്മബലം ജനിക്കും. നിങ്ങളുടെ ഓരോ വിചാരത്തിലും ആത്മബലം തുടിച്ചു നില്ക്കും. ആത്മബലം ഒന്നുകൊണ്ടേ ഏതുപ്രശ്ന ത്തിനും പരിഹാരം കാണുവാൻ കഴിയൂ എന്നറിയുക. പരാജയ പ്പെടുമ്പോൾ അവനവനിൽ തന്നെ ആത്മബലം ഉണർത്തുന്ന തിനുപകരം പലരും ആത്മനിന്ദയും ആത്മാലാപവും നടത്തി അന്യരിൽ അലിവുണ്ടാക്കാമെന്ന് വ്യാമോഹിക്കുന്നത് വൃഥാ പ്രയത്നവും ആത്മഹത്യാപരവുമാണ്. നമ്മുടെ ഉറ്റ ബന്ധുവാണ് ആത്മബലം, ഉറ്റ ശത്രുവാണ് ആത്മാലാപവും ആത്മനിന്ദയും.

9 789386 112293

Printed by Libri Plureos GmbH in Hamburg, Germany